പൂർണ

2021

രജനി സുരേഷ്

പാലക്കാട് ജില്ലയിൽ വള്ളുവനാടിന്റെ ഭാഗമായ ത്രാങ്ങാലിയിൽ ജനിച്ചു. അച്ഛൻ ഉണ്ണിയമ്പത്ത് രാജചന്ദ്രൻ നായർ. അമ്മ പരിയാരത്ത് ഗൗരി. കുണ്ടളശ്ശേരി എൽ.പി.സ്കൂളിലും കവളപ്പാറ എ.യു.പി.സ്കൂളിലും കേരളശ്ശേരി ഹൈസ്കൂളിലുമായി സ്കൂൾ വിദ്യാഭ്യാസം പൂർത്തിയാക്കി. ഒറ്റപ്പാലം എൻ.എസ്.എസ്.കോളേജിൽ നിന്ന് ഒന്നാംസ്ഥാനം കരസ്ഥമാക്കി ബി.എ. പരീക്ഷ പാസ്സായി. കോഴിക്കോട് സർവ്വകലാശാലയുടെ കീഴിൽ മലയാളത്തിൽ ബിരുദാനന്തരബിരുദമെടുത്തു. കാലടി സംസ്കൃത സർവ്വകലാശാലയിൽനിന്ന് ഉയർന്ന മാർക്കോടുകൂടി ബി.എഡ്. പഠനവും പൂർത്തിയാക്കി. ഇരുപത്തിരണ്ട് വർഷമായി കോഴിക്കോട് ചേവായൂർ ഭാരതീയ വിദ്യാഭവൻ സ്കൂളിൽ അധ്യാപികയായും ഇപ്പോൾ മലയാള വിഭാഗം മേധാവിയുമായി സേവനമനുഷ്ഠിച്ചു വരുന്നു. തപസ്യ കലാ സാഹിത്യവേദി കോഴിക്കോട് ജില്ലാ പ്രസിഡന്റും സംസ്ഥാനസമിതി അംഗവുമാണ്. കൂടാതെ നിരവധി സാമൂഹിക, സാംസ്കാരിക സംഘടനകളിൽ സജീവമായി പ്രവർത്തിച്ചു വരുന്നു. ആനുകാലികങ്ങളിൽ നിരന്തരമായി ചെറുകഥകൾ പ്രസിദ്ധീകരിച്ചു വരുന്നു. റോട്ടറി ക്ലബ്ബ് ഓഫ് കാലിക്കറ്റ് സിറ്റിയുടെ 2017 വർഷത്തെ 'നേഷൻ ബിൽഡർ അവാർഡ്' ജേതാവാണ്. എച്ച്&സി പ്രസിദ്ധീകരിച്ച 'പേരയ്ക്കാമരം' എന്ന പുസ്തകമാണ് ആദ്യ കഥാസമാഹാരം. 'സ്നേഹപൂർവ്വം','അപരിചിത', 'പുലിയൻകുന്ന്' തുടങ്ങിയവയാണ് മറ്റു പുസ്തകങ്ങൾ. ഭർത്താവ്: സുരേഷ് വാപ്പാല. മകൻ: ആദർശ്മേനോൻ. മേൽവിലാസം: സൈകതം, ചേവായൂർ പി.ഒ. കോഴിക്കോട് - 673017. ഫോൺ: 9846698701. ഇ-മെയിൽ:rajaniunniyambath@gmail.com

ചെറുകഥാസമാഹാരം

രജനി സുരേഷ്

മല്ലിപ്പൂക്കൾ വിതാനിച്ച വഴിയോരങ്ങൾ

പൂർണ പബ്ലിക്കേഷൻസ്, കോഴിക്കോട്

കോഴിക്കോട് ▪ കല്പറ്റ ▪ തിരുവനന്തപുരം

POORNA
SINCE 1966

Mallippookkal Vithanicha Vazhiyorangal
Short Stories
Rajani Suresh

Malayalam

First Edition: October 2021

Cover: Artist Madanan

Typesetting: Aaj Designs
Layout: Poorna Clt.

ISBN: 978-81-300-2465-3
9479(10-2021)348.I.0.s

Published by:
POORNA PUBLICATIONS, KOZHIKODE
TBS Building, G.H. Road, Kozhikode-673001
Ph: 0495-2720085, 2720086, 2721025

Branches:**Kalpetta** 04936-203842
Thiruvananthapuram 0471-2570504

e-mail:tbsbook@gmail.com
Online Bookstore: www.tbsbook.com

അവതാരിക

ഗ്രാമഭംഗിയുടെ കഥകൾ

"കാര്യം കഴിഞ്ഞാ മനുഷ്യരാരും തിരിഞ്ഞു നോക്കില്ല. അവന്റേന്ന് കിട്ടണതോണ്ടാണല്ലോ ഇപ്പോൾ സ്നേഹം. അതില്ലാതെ വന്നാൽ ഈ മനുഷ്യർക്ക് ആരേം വേണ്ട. ഒരു കാലത്ത് അവനത് മനസ്സിലാക്കട്ടെ. കണ്ടറിയാത്തവൻ കൊണ്ടറിയട്ടെ." വള്ളുവനാടൻ ഗ്രാമത്തിലെ ഒരു ഞാറ്റുകണ്ടത്തിന്റെ ആത്മഗതമാണ് ശ്രീമതി രജനി സുരേഷിന്റെ മനസ്സിൽനിന്ന് കഥയായി ഒഴുകി വരുന്നത്.

"പറഞ്ഞാൽ നുണ, എഴുതിയാൽ കഥ" എന്ന് കഥയ്ക്ക് സരസമായി നിർവചനം നൽകിയ ഒരെഴുത്തുകാരൻ ഉണ്ടായിരുന്നു, മലയാളത്തിൽ. മലയാള ചെറുകഥയുടെ പ്രാരംഭകാലത്ത് അദ്ദേഹത്തിന്റെ നർമ്മമധുരങ്ങളായ കഥകൾ മലയാളവായനക്കാർ മനം നിറയെ ആസ്വദിക്കുകയും ചെയ്തിരുന്നു. സത്യത്തിനും സ്വപ്നത്തിനും ഇടയ്ക്കുള്ള ഏതോ സാങ്കല്പിക പാതയിലൂടെയാണ് കഥകൾ സഞ്ചരിക്കുക എന്നും പറഞ്ഞു വരാറുണ്ട്. അതുകൊണ്ടാണല്ലോ കഥകൾ പലപ്പോഴും വായനക്കാരന്റെ സ്വന്തം അനുഭവമാണെന്ന് തോന്നിപ്പിക്കാൻ എഴുത്തുകാരന് സാധിക്കുന്നത്. അതുകൊണ്ടുതന്നെയാണല്ലോ പല കഥകളെയും വായനക്കാർ എപ്പോഴും നെഞ്ചോടു ചേർത്തുപിടിക്കാൻ കൊതിച്ചുകൊണ്ടിരിക്കുന്നത്.

ശ്രീമതി രജനി സുരേഷിന്റെ കഥകളിലൂടെ വീണ്ടുംവീണ്ടും കടന്നു പോകുമ്പോൾ ഇത്തരം ചില ചിന്തകളാണ് നമ്മുടെ മനസ്സിൽ വിടർന്നു വരിക. അതിനു കാരണം അവർ കണ്ടും പരിചയിച്ചും ഹൃദിസ്ഥമാക്കിയ നിരവധി മനോഹര ദൃശ്യങ്ങളെയും സന്ദർഭങ്ങളെയും അതിവിദഗ്ദ്ധമായി തന്റെ കഥകളിൽ ചേർത്തിണക്കിയിരിക്കുന്നു എന്നതാണ്.

ഗ്രാമമാണ് ശ്രീമതി രജനിയുടെ കഥാഭൂമിക. വള്ളുവനാടൻ ഗ്രാമം. ഗ്രാമത്തിലെ പഴയ തറവാടുകളും അവയെ ചുറ്റിപ്പറ്റി കഴിഞ്ഞു കൂടുന്ന കുറേ മനുഷ്യരുമാണ് പല കഥകളുടെയും പ്രചോദനം. അതുകൊണ്ടുതന്നെ ഈ കഥകൾ ഒരു പ്രദേശത്തിന്റെ ചരിത്രവുമായി ബന്ധപ്പെട്ടുകിടക്കുന്നു.

തറവാടിന്റെ പൂമുഖത്ത് നാലുംകൂട്ടി മുറുക്കി കാലും നീട്ടിയിരുന്ന് കഥ പറയുന്ന മുത്തശ്ശിമാർ നമുക്കുണ്ടായിരുന്നു. ആ മുത്തശ്ശിമാർക്ക് മുന്നിൽ ആകാംക്ഷയോടെയും കുതൂഹലത്തോടെയും ചമ്രംപടിഞ്ഞിരുന്ന് കഥകേൾക്കാറുണ്ടായിരുന്ന ചെറുബാല്യങ്ങളും നമുക്കുണ്ടായിരുന്നു. അതൊക്കെ ഓർമ്മയിലുള്ളവരെ ആ കാലത്തേക്ക് കൈപിടിച്ച് കൂട്ടിക്കൊണ്ടുപോകും രജനി സുരേഷിന്റെ കഥകൾ. അങ്ങനെയൊന്നും ഓർമ്മയില്ലാത്തവരെ അത്തരം നവാനുഭൂതികളിലേക്ക് എടുത്തുയർത്തിക്കൊണ്ട് പോകുകയും ചെയ്യും ഈ കഥകൾ.

വള്ളുവനാടൻ പ്രദേശത്തെ ഭാഷയാണ് കഥകളിൽ പൂത്തിരി കത്തിച്ചതുപോലെ നിറഞ്ഞുനിന്ന് കതിർ ചൊരിയുന്നത്. ആ ഭാഗത്തെ ചില നാടൻ പ്രയോഗങ്ങളും ഈ കഥകൾക്ക് ആഭരണച്ചന്തം നൽകുന്നു. 'ഇട്ട്ള്', 'പെരക്കിത്തെളിക്കുക', 'വല്ലോട്ടി', 'ഈറ്റംകൂടുക' തുടങ്ങിയ പ്രയോഗങ്ങൾ അവിടങ്ങളിലൊക്കെ ധാരാളമായി കേൾക്കാം. ചില പഴയ തറവാടുകളുടെ പേരുകൾ കഥയിൽ ഉപയോഗിച്ചിരിക്കുന്നു എന്നതും കൗതുകമുണർത്തുന്നു.

നീലക്കണ്ണാൾ, കന്നൽക്കാർവേണിയാൾ, കമ്രാംഗി തുടങ്ങിയ തലക്കെട്ടുകളാണ് കഥകൾക്ക് എന്നതിലുമുണ്ട് ഒരു നാടൻ ചന്തം. അതുപോലെ, കഥപറയുന്ന രീതിക്കും കാണാം പ്രത്യേക ഭംഗി. പൂതംകുളം എന്ന കഥ തുടങ്ങിയതു നോക്കുക:

"കുറച്ചു പഴക്കമുണ്ട്. ഒരു പെരുമഴക്കാലത്ത് പൂതംകുളം കരകവിഞ്ഞൊഴുകിയത്രേ. ആ ആണ്ടിലുണ്ടായ വെള്ളപ്പൊക്കത്തിൽ കൃഷിയിടങ്ങളെല്ലാം വെള്ളത്തിന്നടിയിലായി. ഇട്ട്യേശന്റെ ഞാവായത്തൊടി വെള്ളം കേറിക്കിടന്നു. തെക്കേക്കണ്ടത്തിലെ കൃഷി പൂർണ്ണമായും നശിച്ചത്രെ. ഇടമുറിയാതെ പെയ്ത മഴയിൽ

ഞാവായത്തൊടിയിലേക്ക് വെള്ളം ഇരച്ചു കയറിയപ്പോൾ, കുളക്കരയോടുചേർന്നുള്ള ഇടവഴിയും തോടായി മാറി."

ആ കഥ അവസാനിക്കുന്നത് ഇങ്ങനെ:

"പിന്നീട് കാലമെത്താതെ പെയ്ത തകർപ്പൻ മഴയിൽ പൂതം കുളവും കുറുണിക്കുളവും ഒലിച്ചുപോയി. ഇന്നവരെ ആ ഗ്രാമത്തിനറിയില്ലത്രെ!"

മനുഷ്യൻ വികലമായും വിവരമില്ലാതെയും നടത്തുന്ന പരിഷ്കാരങ്ങൾക്ക് പ്രകൃതിയുടെ ശക്തമായ തിരിച്ചടി ഉണ്ടാകുമെന്ന് മുന്നറിയിപ്പു നൽകാൻ ഒരു മുത്തശ്ശിയുമുണ്ട് കഥയിൽ.

ഭാവിയിൽ എപ്പോഴെങ്കിലും കേരളം ഒരറ്റംമുതൽ മറ്റേ അറ്റം വരെ നീണ്ടും പരന്നും കിടക്കുന്ന വലിയൊരു നഗരമായി മാറുമായിരിക്കാം. അന്ന് നമ്മുടെ ഗ്രാമങ്ങളൊക്കെ ഇല്ലാതാവുകയും ചെയ്യുമായിരിക്കാം. 'സർപ്പക്കാവ് തീണ്ടിയാൽ പറമ്പിലെ കുളം വറ്റും' എന്നു മുത്തശ്ശിമാർ പറയുന്നത് കേൾക്കാൻ കൂട്ടാക്കാത്ത പരിഷ്കാരികളായി നാമൊക്കെ മാറിയിട്ട് കാലം കുറേ ആയല്ലോ. അതിനെക്കുറിച്ചുള്ള ശക്തമായ മുന്നറിയിപ്പാണ് 'പൂതംകുളം' എന്ന കഥ.

ഈ നാട് ഒരിക്കൽ സുന്ദരഗ്രാമങ്ങളുടെ നാടായിരുന്നു എന്ന് പറഞ്ഞുതരാൻ അന്ന് ശ്രീമതി രജനി സുരേഷിനെപ്പോലുള്ളവരുടെ കഥകൾ മാത്രമേ ഉണ്ടാകൂ. അതുകൊണ്ടാണ് ഗ്രാമഭംഗി നിറഞ്ഞു നിൽക്കുന്ന ഈ കഥകൾ ഒരു ദേശത്തിന്റെ ചരിത്രം കൂടിയാകുന്നത്.

ശ്രദ്ധേയമായ കഥകളെഴുതി മലയാളകഥാലോകത്ത് സുപരിചിതയായ ശ്രീമതി രജനി സുരേഷിന്റെ സർഗസഞ്ചാരത്തിന് സർവ ഭാവുകങ്ങളും നേരുന്നു.

'മല്ലിപ്പൂക്കൾ വിതാനിച്ച വഴിയോരങ്ങൾ' എന്ന ഈ കഥാസമാഹാരം സഹൃദയർ സ്നേഹത്തോടെ സ്വീകരിക്കും എന്നു പ്രതീക്ഷിക്കുന്നു.

18-09-2021 ശത്രുഘ്നൻ

ആമുഖം

എന്റെ ദേശത്തിന്റെ ഹൃദയത്തുടിപ്പുകളും നന്മനിറഞ്ഞ ഒരു പിടി മനുഷ്യരും ഗൃഹാതുരത്വമുള്ള അവിസ്മരണീയ മുഹൂർത്തങ്ങളും സന്ദർഭങ്ങളും വള്ളുവനാടൻ നാട്ടിൻപുറങ്ങളുമെല്ലാം ഇനി വായനക്കാരിലേക്ക്...

'മല്ലിപ്പൂക്കൾ വിതാനിച്ച വഴിയോരങ്ങൾ' ജീവിതയാഥാർത്ഥ്യങ്ങളുടെ പച്ചയായ ചിത്രീകരണമാണ്. നീലക്കണ്ണാളിലെ കരിമിഴിയാൾ മയിലയുടെ ജീവിതം എഴുതിയാൽ തീരാത്ത തുടർക്കഥ പോലെ ഇന്നും സമൂഹത്തിലെ വ്യത്യസ്ത സാഹചര്യങ്ങളിലൂടെ നീണ്ടുപോകുന്നു. 'ജനിമൃതികളിൽ' എന്ന കഥ മനുഷ്യമനസ്സുകളെ അപഗ്രഥനാത്മകമായി സമീപിച്ചതാണ്.

ഞാറ്റടിയിൽ പരാമർശിക്കപ്പെട്ടിട്ടുള്ള നെൽകൃഷിരീതി കാർഷികവൃത്തിയുടെ പ്രാധാന്യം വിളിച്ചോതുന്നതാണ്. 'ഒരു കടിഞ്ഞൂൽപ്രണയം' എന്ന കഥ ഒരു സർഗാത്മക സൃഷ്ടിയുടെ സൗന്ദര്യത്തെ ദൃശ്യവത്ക്കരിക്കുന്നു. 'കരിമുണ്ടൻ' എന്ന കഥയ്ക്ക് ഒരുപാട് അർത്ഥതലങ്ങളുണ്ട്. കുശവന്മാരുടെ ജീവിത ചിത്രണം നൽകിയ കുംഭാരനിൽ കണ്ണു തുറപ്പിക്കുന്ന ജീവിതസത്യങ്ങളുണ്ട്. 'കന്നൽക്കാർവേണിയാൾ' നാട്ടിൻപുറത്തിന്റെ മനോഹാരിത നിറഞ്ഞു നിൽക്കുന്നതാണ്. 'ചിലരങ്ങനെയാണ്' എന്ന കഥ പാലക്കാട് ജില്ലയിലെ ഒരു കുഗ്രാമത്തിലെ ദാരിദ്ര്യത്തിന്റെ നേർകാഴ്ചയാണ്. നാട്ടുവെളിച്ചം തേടിയുള്ള കുമാരന്റെ യാത്രയും കാണാമറയത്ത് ഒരു കൊച്ചു നക്ഷത്രം അയാൾക്ക് വഴികാട്ടിയതും ശുഭപ്രതീക്ഷയിലേക്കുള്ള കാൽവെപ്പാണ്.

'എന്നു വർണ്യത്തിലാശങ്ക' യുവതലമുറയുടെ ചിന്തകളും പ്രകടനങ്ങളും വിഷയമാക്കി ഹാസ്യാത്മകമായി രചിച്ചതാണ്. 'ഇട്ട്ള്' എന്ന കഥയിലെ ഇടവഴിയും ത്രാങ്ങാലി ഗ്രാമവും കഥയിൽ പരാമർശിക്കപ്പെട്ട സംഭവങ്ങളും ഒരു നാടിന്റെ ചരിത്രമാണ്.

'കണ്ടറിയാത്തവൻ കൊണ്ടറിയട്ടെ' എന്ന കഥയിലെ കണ്ടത്തിന്റെ ആത്മഗതം ഇല്ലാതാകുന്ന കാർഷിക സംസ്കാരത്തിന്റെ ഉത്കണ്ഠ കൾ പങ്കുവയ്ക്കുന്നു. ചേറ്റടിയൻ ഗ്രാമീണ ജീവിതത്തിന് നിറംചാ ലിച്ചെഴുതിയതാണ്.

പഴയകാലജീവിതത്തിന്റെ സുഗന്ധമുള്ള, കുടുംബബന്ധങ്ങളുടെ ഊഷ്മളതയും നനുത്ത സ്പർശവും ഉണർത്തുന്ന 'വിഷുക്കുടുക്ക' അനുഭവകഥയാണ്. മൃതവന്ധ്യയിലെ, വരണ്ട ചിരിയോടെ മണ മുള്ള സോപ്പുമായി ആമ്പൽക്കുളക്കടവിലേക്ക് നടന്നകലുന്ന വേശു കണ്ണിൽ നിന്നു മായാത്ത കഥാപാത്രമാണ്. താന്തോന്നിയായി നടന്ന രാരുതമ്പ്രാന്റെ ഒറ്റക്കടുക്കനും തോളത്തെ തോർത്തും ജീവിതവും ഒരു കാലഘട്ടത്തിന്റേതാണ്.

പാരിസ്ഥിതിക കാഴ്ചപ്പാട് അവതരിപ്പിച്ച പൂതംകുളവും കുറുണിക്കുളവും ഗ്രാമഭംഗിയുടെ സുന്ദരകാഴ്ചകളാണ്. കമ്രാംഗിയും നാട്ടിൻപുറത്തെ പശ്ചാത്തലമാക്കി എഴുതിയതാണ്. മായ്ച്ചിട്ടും മായാത്ത നിറങ്ങളിലെ ശിവാംബിക എന്ന കഥാപാത്രം, കരണ്ടി യിലെ 'കുന്നിക്കുരു കുപ്പയിലിട്ടാലും മിന്നും മണിയേട്ടാ' എന്നു പറയുന്ന അനിയത്തി തുടങ്ങിയവരെല്ലാം സമൂഹത്തിൽ കണ്ടും കേട്ടും അറിയുന്നവരാണ്. പൊന്നോണത്തുമ്പികളിലെ പേട മാൻകണ്ണി തിയ്യത്തനയെ അറിയാത്തവർ ആരുംതന്നെ ആ ഗ്രാമ ത്തിൽ ഉണ്ടായിരുന്നില്ല. 'ചങ്ങമ്പറയനും നല്ലമ്പറച്ചിയും' എന്ന കഥയിലെ ചങ്ങമ്പറയന്റെ ഇടനെഞ്ചുപൊട്ടിയ തേങ്ങൽ ഇന്നും കൊളപ്പാറ പ്രദേശം കേൾക്കുന്നുണ്ടത്രെ. തിങ്കളാഴ്ചകളിൽ നടക്കുന്ന കോങ്ങാട് ചന്തയുടെ ചരിത്രവും പഴയകാല നടത്തിപ്പും ചന്തയിലൂടെ ചുരുളഴിയുന്നു. ഓണത്തരചനിലെ കുഞ്ചീലി എന്ന കഥാപാത്രവും അവളുടെ ജീവിതത്തിൽ ഒടുവിൽ ലഭിച്ച ശുഭകാമ നകളും സാങ്കല്പികമാണ്.

'പേരയ്ക്കാമരം', 'പുലിയൻകുന്ന്', 'അപരിചിത' തുടങ്ങിയ എന്റെ കഥാസമാഹാരങ്ങളെ ഇരുകയ്യും നീട്ടി സ്വീകരിച്ച പ്രിയ വായനക്കാർക്കു മുന്നിൽ 'മല്ലിപ്പൂക്കൾ വിതാനിച്ച വഴിയോരങ്ങൾ' സ്നേഹപൂർവം സമർപ്പിക്കുന്നു.

രജനി സുരേഷ്

ഉള്ളടക്കം

മല്ലിപ്പൂക്കൾ വിതാനിച്ച വഴിയോരങ്ങൾ

കതിരേശനെ കാത്തുകാത്തിരുന്നിട്ട് സമയം പോയതറിഞ്ഞില്ല. അവന്റെ സ്വദേശമായ തമിഴ്നാട്ടിലേക്കുള്ള യാത്രയിൽ തന്നെ നിർബന്ധിച്ച് കൂട്ടിക്കൊണ്ടുപോവുകയാണ്. കൂലിവേലയ്ക്ക് വരുമ്പോൾ കൃത്യനിഷ്ഠ പാലിക്കുന്ന അവൻ ഇന്നെന്തേ വൈകാൻ കാരണമെന്ന് എത്ര ആലോചിച്ചിട്ടും മനസ്സിലാകുന്നില്ല. വിളിക്കുമ്പോൾ മൊബൈൽ ഫോൺ ശബ്ദിക്കുന്നുണ്ടെങ്കിലും മറുപുറത്ത് ആളനക്കമില്ല.

കതിരേശൻ ഒരു വ്യക്തിയല്ലെന്ന് തോന്നാറുണ്ട്. പലപ്പോഴും അവനൊരു പ്രസ്ഥാനമാണ്. എത്ര തമിഴ്മക്കളുടെ അടുപ്പുപുകയാൻ കാരണക്കാരനാണവൻ!

തന്റെ ബംഗ്ലാവിന്റെ ഗെയ്റ്റ് കടന്നുവന്ന ചെല്ലിച്ച കറുത്ത 'കുറ്റിമുടി'യനെ അന്ന് അവജ്ഞയോടെയാണ് വീക്ഷിച്ചത്. ആട്ടിപ്പായിച്ചിട്ടും പിറ്റേന്ന് കാലത്ത് വാതിൽ തുറന്നപ്പോൾ ഗെയ്റ്റിൽ മെല്ലിച്ച രൂപം. കയ്യിലൊരു തൂമ്പയും.

"ഈ തോട്ടം മുഴുവതും കാടു പിടിച്ചു കിടക്കറത്... തൂക്കട്ടെ അണ്ണാ." പാറയിൽ ചിരട്ടയുരയുന്ന പോലെ മുരമ്പിച്ച അവന്റെ ശബ്ദം.

അവന്റെ കരിക്കട്ട പോലെയുള്ള ശരീരത്തിലേക്ക് ഒന്ന് പാളി നോക്കി. വാരിയെല്ലുകൾ പെറുക്കിയെടുക്കാം. ഒട്ടിയ വയറിൽ പൊക്കിൾ ചുഴി വറ്റിവരണ്ട ഒരു കുണ്ടൻ കിണർ പോലെ ഉള്ളോട്ടു വലിഞ്ഞിരിക്കുന്നു.

"കാടു വെട്ടുന്നതൊക്കെ കൊള്ളാം. ദിവസക്കൂലിയൊന്നും തരാൻ കഴിയില്ല." മുഖം നോക്കാതെ പറഞ്ഞു.

“അണ്ണാ... നീങ്കെ എതാവത് കൊടുങ്കോ... മുരുകാ... ആണ്ടവാ... അണ്ണാവെ കാപ്പാത്തുങ്കോ.”

ഇനി ഇവനെ ആട്ടിയോടിക്കേണ്ട.

“ശരി... പൂന്തോട്ടം വൃത്തിയാക്കിയേക്ക്. ചെത്തിക്കോരാതെ പാഴ്ച്ചെടികൾ പറിച്ചെടുത്ത് കളയണം.”

അവൻ സമ്മതഭാവത്തിൽ തലയാട്ടി.

ഓഫീസ് വിട്ടുവരുമ്പോൾ പൂന്തോട്ടം ശ്രദ്ധിച്ചു. നിറയെ പൂക്കൾ വിടർന്നുനിൽക്കുന്ന ഒരു പൂങ്കാവനം. പുല്ലും പാഴ്ച്ചെടികളും കളഞ്ഞ് ചെത്തിയൊരുക്കി ഭംഗിയാക്കിയിരിക്കുന്നു. കതിരേശനെ അകമഴിഞ്ഞ് പ്രശംസിച്ചെങ്കിലും അവന്റെ ഭാവപ്രകടനങ്ങൾക്ക് ഒരു വ്യത്യാസവും ഉണ്ടായില്ല. മുഖത്തെ ഭാവഭേദങ്ങൾ കൂടുതലറിയണമെങ്കിൽ സസൂക്ഷ്മം വീക്ഷിക്കണം. കുഴിഞ്ഞ കണ്ണുകളും ഒട്ടിയ കവിളുകളും ഭാവതീവ്രത വ്യക്തമാക്കാൻ പോരാത്തതായിരുന്നു എന്നുവേണം പറയുവാൻ.

പിന്നീടങ്ങോട്ട് കതിരേശൻ ബംഗ്ലാവിലെ കാര്യസ്ഥനെപ്പോലെയായി. തമിഴ്മക്കൾ തിങ്ങിപ്പാർക്കുന്ന ചേരിയിലാണ് അവന്റെ താമസം. ബംഗ്ലാവിനു പുറത്തുള്ള ഔട്ട്ഹൗസിലെ ഒരു ചെറിയ മുറി ഉപയോഗിച്ചു കൊള്ളാൻ പറഞ്ഞിട്ടും അവനത് കേട്ടഭാവമില്ല.

‘ആടു കടിച്ചു നോക്കാത്ത ഇലയില്ല’ എന്ന ചൊല്ലു പോലെ കതിരേശൻ കൈവെയ്ക്കാത്ത പണികൾ കുറവാണ്. തോട്ടം നോക്കി നടത്താൻ മാത്രമല്ല, അല്ലറചില്ലറ വീട്ടുപണികളും, എന്തിന് പാചകം വരെ അവനറിയാം. കഠിനാധ്വാനിയായ കതിരേശനെ എല്ലാവരും ഇഷ്ടപ്പെടുകയും ചെയ്യും.

ഓർത്തിരുന്ന് നേരം അതിക്രമിച്ചതറിഞ്ഞില്ല. കതിരേശന്റെ നിഴൽ പോലും കാണുന്നില്ലല്ലോ... ഒന്നുകൂടി വിളിച്ചു നോക്കാം. അല്ലെങ്കിൽ വേണ്ട, അവൻ വരുമ്പോൾ വരട്ടെ. കാറിൽ പോകാമെന്ന് അവനോട് എത്ര തവണ പറഞ്ഞതാണ്. അവൻ സമ്മതിച്ചില്ലല്ലോ.

‘നമ്മക്ക് ട്രെയിനിൽ പോകലാം’ എന്ന അവന്റെ പറച്ചിലിനു മുന്നിൽ സമ്മതം മൂളി.

ആരോ ഗെയ്റ്റ് തള്ളിത്തുറന്ന് വരുന്നുണ്ടല്ലോ.

ങ്ഹാ... കതിരേശൻ തന്നെ.

“കാത്തിരുന്ത് കാത്തിരുന്ത് കഷ്ടമായീട്ടിങ്കളാ... അഴകാന തങ്കച്ചിക്ക് ഒരു ചേല വാങ്കാൻ പോയതാണ്ണാ.”

തമിഴും മലയാളവും ഇടകലർത്തിയുള്ള അവന്റെ നിഷ്കളങ്ക വർത്തമാനം കേട്ടപ്പോൾ ഉള്ളിലെ അസ്വസ്ഥത മഞ്ഞുരുകുന്നതു പോലെ അലിഞ്ഞലിഞ്ഞില്ലാതെയായി.

കതിരേശൻ താക്കോലെടുത്ത് ബംഗ്ലാവിന്റെ വാതിൽ പൂട്ടി. ഭദ്രമായി പൂട്ടിയെന്നുറപ്പുവരുത്തി തന്റെ ബാഗ് തലയിൽ വെച്ച് അവന്റെ ഒരു തോൾസഞ്ചി കഴുത്തിലൂടെ മാലപോലെ തൂക്കിയിട്ട് മുന്നിൽ നടന്നു. ഗെയ്റ്റ് പൂട്ടുന്നതിനിടയിൽ പറഞ്ഞു.

"തങ്കച്ചിക്ക് ഒരു ചേല വാങ്കിനേൻ... തമിഴ്നാട്ടുക്ക് പോയിട്ട് മല്ലിപ്പൂ വാങ്കണം അണ്ണാ..." അവന്റെ ആവേശത്തോടെയുള്ള നടത്തത്തിലും പ്രകടനത്തിലും സ്വാഭാവികത തോന്നി.

തീവണ്ടിയിലുള്ള യാത്രയിൽ അവൻ തങ്കച്ചിയുടെ ഗുണഗണങ്ങൾ വാതോരാതെ സംസാരിച്ചു.

ചെമ്പകപ്പൂ നിറമുള്ള സഹോദരിയെക്കുറിച്ച് കതിരേശൻ നിർത്താതെ ഉരുവിട്ടപ്പോൾ മല്ലികയെ കാണുവാനുള്ള ചെറിയൊരു കൊതി ഇല്ലാതായില്ല.

തമിഴ്നാട്ടിൽ എത്തി ഓട്ടോ പിടിച്ച് പോകുന്നതിനിടയിൽ തെരുവോരത്ത് മല്ലിപ്പൂ കെട്ടി വിൽക്കുന്ന വൃദ്ധയിൽ നിന്ന് മൂന്നു മുഴം മല്ലിപ്പൂമാല വാങ്ങി അവൻ തോൾസഞ്ചിയിൽ സൂക്ഷിച്ചു. അവന്റെ കയ്യിൽ ചില്ലറയില്ലാത്തതിനാൽ മല്ലിപ്പൂവിന്റെ കാശ് വൃദ്ധയ്ക്ക് നൽകിയതിൽ ഉള്ളാലെ സന്തോഷം തോന്നി. രണ്ടു രൂപ കൂടുതൽ കിട്ടിയപ്പോൾ വൃദ്ധയുടെ കണ്ണുകൾ വെട്ടിത്തിളങ്ങി.

ചെറുതെങ്കിലും മനോഹരമായ വീടായിരുന്നു കതിരേശന്റേത്. കതിരേശനെ പ്രതീക്ഷിച്ച് വീട്ടിലുള്ളവർ ഇരിക്കുന്ന ഒരു സാഹചര്യം ചെന്നു കയറിയപ്പോൾ അനുഭവപ്പെട്ടില്ല. അപ്പ, അമ്മ എല്ലാംകൊണ്ടും മൂകരാണ്. തങ്കച്ചിയുടെ കണ്ണുകൾ മാത്രം തന്നെ സാകൂതം വീക്ഷിക്കുന്നുണ്ട്. ചുവന്നുതുടുത്ത കവിളുകളും നീണ്ട മിഴിയിണകളും ഉള്ള പെൺകുട്ടി ഒറ്റനോട്ടത്തിൽത്തന്നെ മല്ലികയെന്നു തീർച്ചപ്പെടുത്തി. അവളുടെ സീമന്തരേഖയിലെ സിന്ദൂരചുവപ്പ് നേർത്ത രേഖയായി കാണാം.

കതിരേശൻ പരിചയപ്പെടുത്തിയപ്പോൾ അപ്പ രണ്ടു കൈയും കൂപ്പി തൊഴുതു. വഴിയിലെ വിശേഷങ്ങൾ ആരാഞ്ഞു. അതിനു ശേഷം തനിക്കുള്ള മുറി ശുചിയാക്കുവാൻ മല്ലികയോട് ആവശ്യപ്പെട്ടു.

കതിരേശൻ അവൾക്കു നൽകിയ മല്ലിപ്പൂമാല മുടിയിൽ ചൂടിയപ്പോൾ മല്ലികയുടെ സൗന്ദര്യം പതിൻമടങ്ങ് ആകർഷണീയമായി

തോന്നി. പൂവിന്റെ കുറച്ചു ഭാഗം മുൻവശത്തേക്കിട്ട് തന്നെ നിർന്നിമേഷം നോക്കിനിൽക്കുന്ന മല്ലികയെ സങ്കോചത്തോടെ ഒന്നു നോക്കി. അവളുടെ ചുണ്ടുകൾ മന്ത്രിക്കുന്നതെന്തെന്ന് മനസ്സിലായില്ല.

കതിരേശന്റെ വീട്ടിൽ ആകെ രണ്ടു മുറികളാണുള്ളത്. മല്ലിക മുറി വൃത്തിയാക്കാൻ പോകുമ്പോൾ പിന്നാലെ വരുവാൻ ആംഗ്യം കാട്ടി. കതിരേശനും അനുഗമിച്ചു. ഇടുങ്ങിയ ഒരു മുറിയുടെ സമീപം നിർത്തിയിട്ട് കതിരേശൻ കടയിലേക്ക് പോകുന്നെന്ന് പറഞ്ഞ് തന്റെ ബാഗ് മുറിയുടെ മൂലയ്ക്കുള്ള ബെഞ്ചിൽ വെച്ച് പെട്ടെന്ന് പുറത്തേക്കു പോയി.

മുറിയ്ക്കകത്തുള്ള ചെറിയൊരു കട്ടിലിലെ കിടക്കവിരി മാറ്റിയിട്ട് മല്ലിക തന്നെ ഒളികണ്ണിട്ട് നോക്കുന്നുണ്ട്.

"കുമാർ... നിങ്ങൾ ഇത്ര കാലം എവിടെയായിരുന്നു?" നല്ല മലയാളത്തിലുള്ള അവളുടെ ചോദ്യം കേട്ട് വാതിൽക്കലേക്ക് പാളി നോക്കി. അവിടെ ആരും തന്നെയില്ല.

"കുമാർ... ഉങ്കളെ നെനച്ച് എവളോ കാലം നാൻ കാത്തിരുന്തേൻ..."

അവൾ തന്നോടു തന്നെയാണ് സംസാരിക്കുന്നതെന്നറിയുവാൻ നിമിഷങ്ങളെടുത്തു.

താൻ കുമാറല്ലല്ലോ... തന്റെ പേര് ഷൺമുഖനെന്നാണെന്ന് കതിരേശൻ ഇവളെ ധരിപ്പിച്ചില്ലേ?

"മല്ലികയ്ക്ക് ആള് തെറ്റിപ്പോയെന്ന് തോന്നുന്നു."

തറയിലേക്കു നോക്കി മറുപടി പറഞ്ഞു.

"കുമാർ... ഉങ്കളെ മറക്കമുടിയുമാ...? എന്റെ സീമന്തരേഖയിൽ സിന്ദൂരം തൊട്ട് അന്ന് രാത്രിക്ക് തന്നെ നീങ്കെ പോണിങ്കലേ ഒരു പോക്ക്... പുറത്ത് സുഹൃത്തുക്കൾ കാത്തു നിൽക്കുന്നു, വിളിക്കുന്നു എന്നു പറഞ്ഞ്... എന്നെ ഉപേക്ഷിച്ച്."

ആണ്ടവനേ... മുരുകാ... പ്രതിസന്ധിയിലായല്ലോ... ഈ കുട്ടി ആരെക്കുറിച്ചാണ് പറയുന്നത്? തങ്കച്ചിയുടെ കല്യാണക്കാര്യമൊന്നും കതിരേശൻ തന്നോട് വ്യക്തമാക്കിയിട്ടില്ല.

മല്ലീ... എന്ന അമ്മയുടെ നീട്ടി വിളി അവളെ ഭയചകിതയാക്കിയെന്നു തോന്നി.

"നീങ്കെ തൂങ്കുങ്കോ... രാത്രിയ്ക്ക് ഉങ്കക്കിട്ടെ വരുമ്പോ മഞ്ഞ ചേല ചുറ്റി വരാം. ഉങ്കള്ക്ക് അതു താൻ അല്ലേ പ്രിയം." അവൾ വശ്യമായി ചിരിച്ചു പുറത്തേക്കു പോയി.

ഇവൾ എന്തിനുള്ള പുറപ്പാടാണ്... ഒന്നും വ്യക്തമല്ല. കതിരേശനോട് ചോദിക്കാനും വയ്യ. അവൻ തെറ്റിദ്ധരിച്ചാലോ...

ഷൺമുഖൻ മുതലാളി അവന്റെ മനസ്സിലെ നീതിമാനും സത്സ്വഭാവിയുമായ വ്യക്തിയാണ്.

എന്തായാലും കാത്തിരിക്കുക തന്നെ.

അത്താഴം വിളമ്പി മല്ലിക നോക്കിനിൽക്കുന്നത് കണ്ടപ്പോൾ എന്തെന്നില്ലാത്ത ഭയം തോന്നി. പറഞ്ഞതുപോലെ അവൾ മഞ്ഞ ചേല ധരിച്ചിരിക്കുന്നു. വിളക്കിന്റെ തിരിനാളം തന്റെ നേരെ അടുപ്പിച്ച് ആരുമില്ലാത്തപ്പോൾ അവൾ കൊഞ്ചി.

"കുമാർ... കതകടയ്ക്കരുതേ..."

കതിരേശന്റെ അപ്പയും അമ്മയും കുറേക്കാലം മുമ്പ് കേരളത്തിൽ കൂലിപ്പണിയെടുത്തിരുന്നത്രേ. അന്ന് കതിരേശനും മല്ലികയും ചെറിയ കുട്ടികളാണ്. അവരുടെ കൗമാരകാലത്താണ് കുടുംബം തമിഴ്നാട്ടിലേക്ക് തിരിച്ചുപോയത്. അതുകൊണ്ടുതന്നെ കതിരേശനും കുടുംബത്തിനും മലയാളം നന്നായി സംസാരിക്കുവാൻ അറിയാം.

മല്ലിയുടെ സംസാരവും തമിഴും മലയാളവും ഇടകലർന്നതു തന്നെ.

തന്നോടു സംസാരിക്കുമ്പോൾ ബോധപൂർവം അവൾ മലയാളം ഉപയോഗിക്കുന്നുമുണ്ട്.

രാത്രി വാതിലടയ്ക്കുവാൻ മനസ്സ് അനുവദിച്ചില്ല. നിശ്ശബ്ദമായ രാത്രിയിൽ വിളക്കു തെളിയിച്ചുകൊണ്ട് ആരോ മുറിയിൽ പ്രവേശിച്ചു. കാൽപ്പെരുമാറ്റം കേട്ട് കട്ടിലിൽ നിന്ന് ചാടിയെഴുന്നേറ്റപ്പോൾ പുഞ്ചിരിച്ചു കൊണ്ട് മല്ലിക നിൽക്കുന്നു. കണങ്കാലിലെ വെള്ളിക്കൊലുസ്സ് അരണ്ട വെളിച്ചത്തിൽ കാണുന്നുണ്ട്. കൊലുസ്സ് അവളുടെ പാദങ്ങളുടെ അഴക് വർദ്ധിപ്പിക്കുന്നുണ്ട്.

"കുമാർ... നീങ്ക തൂങ്കലയാ..."

ധൈര്യം സംഭരിച്ചുകൊണ്ട് ചോദിച്ചു. "മല്ലികേ... നീ എന്തിനുള്ള പുറപ്പാടാണ്?"

"എനക്ക് തെരിയും കുമാർ... നാളെ നീങ്കെ പോകുമെന്ന്. കതിരേശണ്ണൻ അപ്പയോടു പറയുന്നത് നാൻ കേട്ടേൻ. ഇന്ന് ഞാൻ ഇവിടെ ഈ മുറിയിൽ ഉങ്കളോടൊപ്പം തൂങ്കട്ടെ."

"നീ എന്താണ് പറയുന്നത്? അപ്പുറത്ത്... അപ്പ... അമ്മ... കതിരേശൻ എല്ലാവരും ഇല്ലേ? പിന്നെ... ഇതൊക്കെ ശരിയാണോ?"

"ഏതൊക്കെ... കുമാർ?"

"ഞാൻ നിന്റെ കുമാറല്ല."

അവളുടെ മുഖം മങ്ങി. പെയ്യുവാൻവെമ്പുന്ന മുകിൽപോലെ കണ്ണുകൾ നിറഞ്ഞു.

"എനക്ക് തെരിയും നീങ്കെ കുമാറല്ലെന്ന്. എന്നുടെ കുമാർ രൂപത്തിൽ ഉങ്കളെ മാതിരി ഇരുക്ക്."

ദൈവമേ... നീയെന്നെ കൊണ്ടു ചെന്നെത്തിച്ചത് എവിടെയാണ്?

"കുമാർ... ഞാൻ ഒന്നുമേ ആശപ്പെടലേ... ഈ രാത്രിക്ക് നാൻ കുമാർ തൂങ്കറതേ പാത്തിരിക്കും. നാളെ നീങ്കെ പോകുമ്പോ... ഞാൻ... ഞാൻ..."

പിന്നീടൊന്നും ആലോചിച്ചില്ല. മല്ലികയെ ചേർത്തുപിടിച്ചു. ആ മൃദുലത തന്റെ തന്ത്രികളിൽ ലോലവികാരങ്ങളുടെ പെരുമഴ പെയ്യിച്ചു... പിറ്റേന്ന് പുലർച്ചെ നോക്കുമ്പോൾ മല്ലികയില്ല. കിടക്കയിൽ മല്ലിപ്പൂക്കൾ ചിതറിയിട്ടുണ്ട്. പെട്ടെന്നു തന്നെ പൂക്കളെടുത്തു മാറ്റി, അവിടം തൂത്തുവാരി. എന്തു ചെയ്യണമെന്നറിയുന്നില്ല. പശ്ചാത്താപവിവശനായി. കുറ്റബോധം ശരീരത്തേയും മനസ്സിനേയും തളർത്തി. കതിരേശനോട്... മല്ലികയോട്... താൻ അനീതി പ്രവർത്തിച്ചു. ദൈവമേ... ഏതു നരകത്തിൽ ചെന്നു വീണാലും തീരാത്ത പാപം. അവളുടെ വിവാഹം കഴിഞ്ഞതല്ലേ? കുമാർ എവിടെ? അവളെ വിവാഹം ചെയ്യുവാൻ... തന്റെ ആഭിജാത്യം അതിനു സമ്മതിക്കുന്നില്ല. ഇങ്ങനെ ഒരാളെ വിവാഹം കഴിക്കുന്നതിനായിരിക്കുമോ മധ്യവയസ്സുവരെ വിവാഹമില്ലെന്നു ചിന്തിച്ചു നടന്നത്. മനസ്സ് പിടിവലി തുടങ്ങി.

യാതൊരു തരത്തിലും ആർക്കും പിടികൊടുക്കാതെ പ്രാതൽ കഴിച്ചു. മല്ലികയെ അവിടെയെങ്ങും കാണുന്നില്ല. അവൾ കൂട്ടുകാരിയുടെ വീട്ടിൽ പോയെന്ന് കതിരേശന്റെയും അമ്മയുടെയും സംസാരത്തിൽ നിന്നു മനസ്സിലായി.

"മല്ലികയുടെ ഭർത്താവ്...?"

വെറുതെ, നിസ്സംഗതയോടെ കതിരേശനോടു ചോദിച്ചു.

അവൻ വിദൂരങ്ങളിലേക്ക് മിഴികൾ പായിച്ചു.

“അണ്ണനെ അവർ വെട്ടിക്കൊന്നു.”

“ആര്?” ഞെട്ടലോടെ തിരക്കി.

“അവർ... ദുഷ്ടൻമാർ...” അവന്റെ ശ്വാസോച്ഛ്വാസം വേഗത്തിലായി.

“തിരുപ്പൂരിലുള്ള ബനിയൻ കമ്പനിയിൽ ജോലി നോക്കുകയായിരുന്നു കുമാറണ്ണൻ. കേരളത്തിൽ തൊട്ടടുത്ത വീടുകളിലായി താമസിക്കുന്ന മുതൽക്കുതന്നെ കുമാറണ്ണന്റെ പെണ്ണായിരുന്നു മല്ലി. അണ്ണനും മല്ലിയും വർഷങ്ങളായി സ്നേഹത്തിലായിരുന്നു. അവരുടെ കല്യാണദിവസം രാത്രി തന്നെ... ആ പരമദ്രോഹികൾ, അണ്ണന്റെ ബനിയൻ കമ്പനി മുതലാളി അറുമുഖന്റെ കൂട്ടാളികൾ അണ്ണനെ പുറത്തു വിളിച്ചു കൊണ്ടുപോയി വെട്ടിക്കൊന്നു. രൊമ്പ കഷ്ടം അണ്ണാ...”

കതിരേശൻ തലതല്ലി. വീണ്ടും തുടർന്നു.

“അറുമുഖൻ പഠിച്ച പണി പതിനെട്ടും പയറ്റി. മല്ലിയെ വിവാഹം കഴിക്കാൻ. പക്ഷേ, അണ്ണാ... അവൾ കുമാറിനെ നിനച്ചിരിക്കാ... അവൾക്കൊന്നുമറിയില്ല.”

മല്ലി കുമാറിനോടൊപ്പം തിരുപ്പൂരിലുള്ള ബനിയൻ കമ്പനിയിൽ ചിലപ്പോൾ പോകാറുണ്ടായിരുന്നത്രെ. അവിടെ നിന്ന് അവളെ കണ്ട അറുമുഖന്റെ കാമഭ്രാന്ത് കുമാറിന്റെ വെട്ടിക്കൊലയിൽ കലാശിച്ചു.

അറുമുഖൻ പരമദ്രോഹി... അപ്പോൾ താനോ... ഈ ഷൺമുഖൻ മുതലാളി... അപകടകാരി... ആഭാസൻ... ചതിയൻ.

ഇവിടെ നിന്നാൽ ഭ്രാന്തുപിടിക്കും.

കതിരേശനോടൊപ്പം കേരളത്തിലേക്കുള്ള മടക്കയാത്രയിൽ മല്ലികയായിരുന്നു മനസ്സിൽ.

“കുമാർ... ഈ രാത്രിക്ക് നാൻ കുമാർ തൂങ്കറതേ പാത്തിരിക്കും. നാളെ നീങ്കെ പോകുമ്പോ...”

അവൾ ആഗ്രഹിച്ചിരുന്നതല്ലല്ലോ ദൈവമേ കൂടുതലൊന്നും... എന്നിട്ടും...

~~~
~~~

നീലക്കണ്ണാൾ

പുറമ്പോക്കിൽ ചാളകെട്ടി ജീവിക്കുന്ന കരിമിഴിയാൾ മയിലയുടെ ജീവിതം എഴുതിയാൽ തീരാത്ത ഒരു തുടർക്കഥപോലെയാണ്. ഇന്ന് മുറിപ്പട്ടിണിയുടെ നടുവിലുള്ള നീലക്കണ്ണാളുടെ ജീവിത യാത്രയിലെ പല സംഭവവികാസങ്ങളും വേദനാജനകമാണെന്നു ള്ളത് ജീവിതത്തിന്റെ കയ്പ്പും ചവർപ്പും രുചിച്ചവർക്ക് ഗ്രഹിക്കുവാൻ ഒട്ടും പ്രയാസപ്പെടേണ്ടതില്ല.

നാട്ടിലെ ജനങ്ങളുടെ കണ്ണിലുണ്ണിയായ കൊച്ചുവീട്ടിൽ മുത്തയുടെ ഭാര്യയായി മല്ലീശരൻകുന്നിലെ സാധാരണക്കാർക്കിട യിലേക്ക് കടന്നുവന്ന സുന്ദരിയായ മയില അന്നാട്ടുകാരുടെ ഇഷ്ട കഥാപാത്രമാകുവാൻ ഏറെക്കാലം വേണ്ടിവന്നില്ല. ബാഹ്യമായ അഴകു മാത്രമല്ല ആന്തരികമായ വെൺമയും ആകർഷണീയമായ പെരുമാറ്റവും നീലക്കണ്ണാളുടെ ആഭരണമായി മല്ലീശരൻകുന്നുകാർ കണ്ടെത്തുകയായിരുന്നു.

പയ്ങ്ങോട്ടുകുളക്കരയിലെ ആഢ്യതറവാടാണ് മല്ലാരിക്കളം. ചാത്തുണ്ണി നായർ, അപ്പുണ്ണിനായർ തുടങ്ങി ദേവകിയമ്മയുടെ ആറു മക്കളിൽ മൂത്തവർ വാഴുന്നിടം. നാലു പെൺമക്കളേയും ആഭിജാത്യമുള്ള തറവാടുകളിലേക്ക് കെട്ടിച്ചു കൊടുത്ത് ദേവകി യമ്മ ഇഹലോകവാസം വെടിഞ്ഞു. രണ്ടാമത്തെ മകൻ അപ്പുണ്ണി വൈവാഹിക ജീവിതത്തിന് താല്പര്യം പ്രകടിപ്പിക്കാത്തതിൽ ദു:ഖി തയായിരുന്നു ദേവകിയമ്മ. ഫലഭൂയിഷ്ഠമായ തോപ്പുകളും കൃഷിയിടങ്ങളും വയൽനിലങ്ങളും മല്ലാരിക്കളത്തിന്റെ പ്രൗഢിക്കു നിറംചാർത്തിനിന്നു.

മല്ലാരിക്കളത്തിന്റെ പാദുകക്കല്ലുവരെ വെട്ടിത്തിളങ്ങും. മുത്തയുടെ മേൽനോട്ടത്തിൽ പ്രശസ്ത തറവാട്ടിലെ ശുചീകരണവും മറ്റു പുറംപണികളും യഥാവിധി നടക്കും.

നടുമുറ്റം മുതൽ തറവാടിന്റെ പടിപ്പുരവരെ ചാണകംമെഴുകി മനോഹരമാക്കിയ അങ്കണം. ചാത്തുണ്ണി നായരുടെ ഭാര്യ ചിന്നമണിയമ്മ പണിക്കാർക്കെല്ലാം കട്ടനിട്ടുകൊടുക്കും. ജോലിക്കിടയിലുള്ള ആയാസം ഇല്ലാതാക്കുവാനും ക്ഷീണമകറ്റുന്നതിനും മറ്റും പണിക്കാർക്ക് കിഴക്കോറത്ത് വായവട്ടം കുറഞ്ഞ ഒരു ഭരണിയിൽ നീർ മാമ്പഴം കൊണ്ടുപോയി വെയ്ക്കും. മുത്തയുടെ സന്തതസഹചാരിയായപ്പോൾ മയിലയും തറവാട്ടിലെ നിത്യ സന്ദർശകയായി. പതുക്കെപ്പതുക്കെ വലിയ ചെമ്പിൽ നെല്ലു വേവിക്കലും, പരമ്പിൽ നെല്ലു പരത്തലും ഉണക്കലും, പുഴുങ്ങലരി കുത്തലും ഒക്കെയായി മയിലയും മുന്നോട്ടു നീങ്ങി.

അങ്ങനെ മല്ലാരിക്കളം തറവാട്ടിലെ ഇരുട്ടു മുറിക്കുള്ളിൽ മുത്തയുടെയും മയിലയുടെയും പ്രേമം ചായ്പ്പിനുള്ളിൽ ഒളിച്ചും വല്ലോട്ടി മറച്ചും കൊട്ടിലിനുള്ളിൽ വഴുതിയും തട്ടിൻപുറത്തു ചാഞ്ഞും ബഹുദൂരം സഞ്ചരിച്ചു.

ചിന്നമണിയമ്മ പൂമുഖത്തെ ചാരുകട്ടിലിൽ കിടന്ന് ഉച്ചസമയത്ത് വിശ്രമിക്കുമ്പോൾ മയില വിശറിയെടുത്തു വീശിക്കൊടുത്ത് യജമാനത്തിയെ സേവിക്കും. അരിയിൽ മുഴുവൻ പുഴുക്കുത്ത് വന്നതും ഭൂമീലേപനം ചെയ്ത ചാണകത്തിന് സുഖകരമല്ലാത്ത ഗന്ധമുള്ളതും പ്ലാവ് ഇല കാണാതെ കായ്ച്ചതിനാൽ ചക്കകൾ ഓരോന്നായി നാട്ടുകാർക്ക് കൊടുത്തു തീർക്കുന്നതും എല്ലാം ഈ വിശ്രമസമയത്താണ് ചിന്നമണിയമ്മയെ അറിയിക്കുന്നത്. മയിലയുടെ കാര്യപ്രാപ്തിയെ പ്രശംസിച്ചുകൊണ്ട് ചിന്നമണിയമ്മ പ്രസ്താവനയിറക്കും. ഇതു കേൾക്കുന്ന ചാത്തുണ്ണി നായരും ഭാര്യയുടെ വിലയിരുത്തൽ ശരിവെയ്ക്കും. മുത്തയുടെ അഭിമാനം ഉത്തുംഗശൃംഗത്തിലെത്തും. തന്റെ നീലക്കണ്ണാൾ മയില മല്ലീവല്ലിപോലെ മല്ലീശരൻകുന്നിലെങ്ങും സൗരഭ്യം പരത്തി നിൽക്കുന്നതിൽ മുത്ത അതിയായി സന്തോഷിച്ചു.

ഒന്നുരണ്ടു വർഷം പിന്നിട്ടു. ഒരു ദിവസം ഉച്ച കഴിഞ്ഞ് ചിന്നമണിയമ്മയെ ശുശ്രൂഷിക്കുവാനായി മയില പൂമുഖത്തെ വാതിൽ തുറന്ന് ഉള്ളിൽ പ്രവേശിച്ചു. തൊഴുത്തിലെ ചാണകം വാരലും കൽത്തൊട്ടീല് വെള്ളംകോരി നിറയ്ക്കലും എല്ലാം കഴിഞ്ഞ് മുഷിഞ്ഞ വസ്ത്രം മാറ്റി മനോഹരിയായിട്ടാണ് മയില എത്തിയി

രിക്കുന്നത്. ചിന്നമണിയമ്മയെ പൂമുഖത്ത് കാണാതെ തിരിഞ്ഞു നടക്കുമ്പോഴാണ് ചാത്തുണ്ണി നായരുടെ സഹോദരൻ അപ്പുണ്ണി നായർ വാതിലിന്റെ ഇളകിക്കളിക്കുന്ന വിജാഗിരി ചട്ടത്തോടു ബന്ധിപ്പിച്ചിട്ട് പൂമുഖത്തു പ്രവേശിച്ചത്. അപ്പുണ്ണിനായരുടെ അപ്രതീക്ഷിത പെരുമാറ്റം മയിലയിൽ ഒരുൾക്കിടിലം ഉണ്ടാക്കിയെങ്കിലും പുറത്തു കാണിക്കാതെ പറഞ്ഞു.

"ചെറ്യേമ്പ്രാൻ വാതില് തുറക്ക്... അടിയന്റെ പുറം പണി ഇനീം തീർന്നിട്ടില്ല."

വിവാഹിതനല്ലാത്ത അപ്പുണ്ണിനായരുടെ സിരകളെ മത്തുപിടിപ്പിക്കുന്ന സൗന്ദര്യത്തിനു മുന്നിൽ അപ്പുണ്ണിനായരുടെ ബ്രഹ്മചര്യം തോൽവി സമ്മതിച്ചു. നീലക്കണ്ണാൾ മയിലയുടെ എതിർപ്പുകൾ അലിഞ്ഞലിഞ്ഞ് ഒരു നേർത്ത മൂളലിൽ ഒതുങ്ങി. മയിലയുടെ പാതിവ്രത്യം കളങ്കപ്പെട്ടു.

അന്ന് തറവാട്ടിൽ നിന്ന് ഇറങ്ങിയോടിയ മയില പിന്നീട് മല്ലാരിക്കളം തറവാട്ടിൽ കാലുകുത്തിയില്ല. ചിന്നമണിയമ്മ മുത്തയോട് അന്വേഷിച്ചെങ്കിലും അയാൾക്കും കാരണമറിയില്ലെന്നായിരുന്നു മറുപടി. മുത്തയുടെ കൊച്ചു വീട്ടിൽ കയറി ചിന്നമണിയമ്മയും ചാത്തുണ്ണി നായരും മയിലയോട് വിവരം തിരക്കിയെങ്കിലും മൗനമായിരുന്നു പ്രതികരണം. കണ്ണുകളിൽ നിന്നും ഒഴുകിയിറങ്ങിയ നീർച്ചാലുകൾ താടിയിൽ ഒരു നിമിഷം തങ്ങി മാറത്തു ഇറ്റുവീണ് ചിന്നിച്ചിതറി.

നാട്ടുകാർ മയിലയ്ക്ക് മാനസിക അസുഖമെന്ന് പറഞ്ഞു നടന്നു. മുത്ത തന്റെ ഭാര്യയുടെ പെരുമാറ്റ വൈകൃതത്തിൽ മനം നൊന്ത് മല്ലീശരൻകുന്നിൽ നിന്ന് താഴേയ്ക്കു ചാടി ആത്മഹത്യ ചെയ്തു.

മയിലയുടെ വീർത്ത ഉദരം നോക്കി നാട്ടുകാർ നെടുവീർപ്പിട്ടു. കുഞ്ഞിന്റെ തല പുറത്തെത്തുമ്പോഴേയ്ക്കും അപ്പൻ ലോകത്തോടു വിട പറഞ്ഞു. ജനിക്കുന്നതിനു മുമ്പെ അപ്പനെ കൊന്നവൻ എന്ന ബഹുമതിയോടു കൂടി മയിലയുടെ വയറിൽ ഒരു കുഞ്ഞ് രൂപം പ്രാപിച്ചു വന്നു. ചിന്നമണിയമ്മയുടെ തണലിലായിരുന്നു മയിലയുടെ ഗർഭകാലഘട്ടം. ചിന്നമണിയമ്മ മുറതെറ്റിക്കാതെ എത്തിച്ചിരുന്ന ഭക്ഷണം പേരിന് കഴിച്ച് മയില ആ കൊച്ചു വീട്ടിൽ ദിനങ്ങൾ എണ്ണിക്കഴിഞ്ഞു. അപ്പുണ്ണിനായർ പാത്തും പതുങ്ങിയും മയിലയെ കാണുവാൻ കൊച്ചു വീട്ടിലെത്തിയപ്പോൾ അവൾ ഈറ്റപ്പുലിയെ

പ്പോലെ ചീറി. ഈ കാഴ്ച കണ്ട് ചിന്നമണിയമ്മയുടെ മനസ്സിൽ കൊള്ളിയാൻ മിന്നി.

മൂന്നാലു ദിവസത്തെ വിചാരണയ്ക്കൊടുവിൽ മയിലയുടെ കരിമിഴികൾ തന്നെ തോൽപ്പിച്ച വസ്തുത അപ്പുണ്ണി നായർ ഏട്ടത്തിയോട് ഏറ്റുപറഞ്ഞു. ഏട്ടത്തി പറഞ്ഞതനുസരിച്ച് പ്രായശ്ചിത്തം ചെയ്യുവാൻ തീരുമാനിച്ച് അപ്പുണ്ണി നായർ വീണ്ടും നീലക്കണ്ണാളെ തേടി മുത്തയുടെ വീട്ടിൽ പോയി. നാടക്കട്ടിലിൽ പുറംതിരിഞ്ഞു കിടക്കുന്ന മയിലയെ സ്നേഹവാത്സല്യങ്ങളോടെ തഴുകിയ അപ്പുണ്ണിനായരെ കണ്ട് മയില വെട്ടരിവാൾ എടുത്ത് ആഞ്ഞുവെട്ടി. കലിയടങ്ങുവോളം.

അപ്പുണ്ണിനായരുടെ അവസാനശ്വാസം നിലച്ചെന്ന് ബോധ്യമായപ്പോൾ സംഹാരരുദ്രയെപ്പോലെ വെട്ടരിവാൾ ഉയർത്തി മല്ലാരിക്കളം തറവാട്ടിലേക്കോടി. ആ വെട്ടരിവാൾ ചിന്നമണിയമ്മയുടെ കാൽക്കൽ സമർപ്പിച്ച് തിരിഞ്ഞുനടന്നു.

താൻ സഹോദരനെപ്പോലെ സ്നേഹിച്ച അപ്പുണ്ണിയുടെ മരണത്തിനുശേഷം ചിന്നമണിയമ്മ നീലക്കണ്ണാളെ കാണുകയുണ്ടായില്ല. മല്ലാരിക്കളത്തിലെ പുതിയ പണിക്കാരായ കണ്ടനും വെള്ളയും പറഞ്ഞറിഞ്ഞ മയിലയുടെ ദുരിത കഥകൾക്കും ചിന്നമണിയമ്മ ചെവി കൊടുത്തില്ല. കണ്ടനും വെള്ളയും പറഞ്ഞറിഞ്ഞത് മയിലയുടെ കുഞ്ഞുമോൻ അപ്പുണ്ണി തമ്പ്രാന്റെ അതേ രൂപമെന്നാണ്. ജയിലിൽ വെച്ച് പ്രസവിച്ച മയില ജയിൽമോചിതയായശേഷം കൊച്ചു വീട്ടിൽ വന്നപ്പോൾ മുത്തയുടെ സഹോദരി തത്ത ആട്ടിയോടിച്ചത്രെ. വീട്ടിൽ നിന്ന് പുറത്താക്കപ്പെട്ട മയില പുറമ്പോക്കിൽ ചാളകെട്ടി താമസിക്കുകയാണ്.

ഒരു ദിവസം കടമ്പ കടന്നുവരുന്ന കൊച്ചപ്പുണ്ണിയെ നിർന്നിമേഷം നോക്കിനിന്ന് ചിന്നമണിയമ്മ തറവാട്ടിലേക്ക് വിളിച്ചുവരുത്തി വയറുനിറച്ചാഹാരം നൽകി. കൊച്ചപ്പുണ്ണിക്ക് സംരക്ഷണം കിട്ടിയതിൽ സന്തോഷമുണ്ട്. ഇപ്പോഴുള്ള ഭയം അതല്ല. പുതിയൊരു വെട്ടരിവാൾ വാങ്ങി തലയിണയ്ക്കടിയിൽ വെച്ച് ചാളയിൽ ഉറങ്ങിക്കിടക്കുന്ന മയിലയുടെ കരിമിഴികൾ ഇനിയും ചിലരുടെ സിരകളെ ത്രസിപ്പിച്ചാൽ... മയിലയുടെ കഥ തുടർക്കഥയാവുമെന്നഭീതി വിട്ടുപോകുന്നേയില്ല.

~~~
~~~

ജനിമൃതികളിൽ

അറിയേണ്ടൊരാൾ മാത്രം അറിയുന്നില്ലെന്ന് ഓർക്കുമ്പോഴാണ് ഇത്രയധികം വീർപ്പുമുട്ടൽ. എല്ലാം ഉള്ളിലൊതുക്കി സ്വയം ഉരുകി ഇല്ലാതാകുവാൻ തുടങ്ങിയിട്ട് കുറച്ചു കാലമായിരിക്കുന്നു. വീണു കിട്ടിയ നിധി സ്വന്തമാക്കാനാവാതെ ആർക്കോവേണ്ടി സൂക്ഷിച്ചു വെയ്ക്കുവാൻ വിധിയ്ക്കപ്പെട്ടവൻ. രാജകുമാരിയെ ആരാധിച്ച... പ്രണയിച്ച പാമരനാണോ താൻ. അവൾക്കു പിന്നിൽ ഒരു നിഴൽ പോലെ ഉണ്ടായിട്ടും... അവൾ തന്റെ ഇഷ്ടം അറിയുന്നുപോലു മില്ലല്ലോ. തന്നെക്കാൾ എത്രയോ മുകളിലുള്ള അവളെ സൗന്ദര്യം കണ്ട് ഇഷ്ടപ്പെട്ടതല്ലല്ലോ. കഴിവുകൾ കണ്ട് ആരാധന വർദ്ധിച്ചതു മല്ല. തുളസിപ്പൂവിന്റെ പരിശുദ്ധിയുള്ള അവളുടെ മനസ്സിന്റെ നൈർ മ്മല്യം അറിഞ്ഞതിനാലാണോ എന്നറിയില്ല, ഊണിലും ഉറക്ക ത്തിലും അവളോടുള്ള ആരാധന മാത്രം. പ്രിയപ്പെട്ടവളെ ഒരു പേരു പോലും വിളിക്കുവാൻ തനിക്ക് കഴിയുന്നില്ലല്ലോ. ഒരു വാക്കു മിണ്ടുവാനും. ഓരോ വാക്കും ഉള്ളിൽ കിടന്നങ്ങനെ വീർപ്പുമുട്ടിക്കുന്നു. ഉള്ളു പറിഞ്ഞു പോകുന്ന വേദന. എന്നിട്ടും ആ പ്രിയപ്പെട്ടൊരാൾ...

അവിചാരിതമായിട്ടാണ് അവളെ കണ്ടുമുട്ടിയത്. ഒരു ക്ഷേത്ര നടയിൽ കൈകൂപ്പി തൊഴുതു നിൽക്കുന്നത്. കറുത്ത കരയുള്ള വേഷ്ടിയും മുണ്ടും മാന്യമായി ധരിച്ച് അവൾ ഇഷ്ടഭഗവാനായ കണ്ണനെ ദീപാരാധന വേളയിൽ കണ്ണുകളടച്ച് പ്രാർത്ഥിക്കുന്നു. സുന്ദരമായ ആ മുഖത്തുനിന്ന് ഓജസ്സ് അവിടെയെല്ലാം പ്രസരി ക്കുന്നതു പോലെ... ചുവന്നുതുടുത്ത കവിളുകളിൽ പുതുശോഭ

നൃത്തമാടുന്നു. പൂട്ടിയ മിഴികൾ പതുക്കെ തുറന്നപ്പോൾ കണ്ണുകൾക്ക് അസാധാരണമായ ആകർഷണശക്തി. മനോഹരമായ കൈത്തണ്ടയിൽ സ്വർണനിറമുള്ള വളകളോടൊപ്പം കറുത്ത വളകളും സ്ഥാനം പിടിച്ചിട്ടുണ്ട്. കഴുത്തിലെ കറുത്തമാല അവളുടെ സൗന്ദര്യത്തിന് മാറ്റുകൂട്ടുന്നുണ്ട്.

"എന്റെ ദേവീ..." അറിയാതെ ചുണ്ടുകൾ മന്ത്രിച്ചു.

ശ്രീകോവിലിനുള്ളിലേക്ക് കയറിയ അവളെ വീക്ഷിക്കുവാൻ മനസ്സു തുടിച്ചു. ക്ഷേത്രത്തിലെ ഗർഭഗൃഹത്തിനു മുൻപിൽ തൊഴുത്, തിരുമേനി നൽകിയ പ്രസാദം നെറ്റിയിൽ മോതിരവിരൽ കൊണ്ട് തൊട്ട് ദക്ഷിണ നൽകി ക്ഷേത്രത്തിനു പുറത്ത് പലരോടും കുശലാന്വേഷണം നടത്തി അവൾ ക്ഷേത്രത്തിന്റെ ചവിട്ടുപടികളിറങ്ങിപ്പോയി.

അവളെക്കുറിച്ച് അറിയുവാനുള്ള അദമ്യമായ ആഗ്രഹത്താൽ ക്ഷേത്ര ഓഫീസിലെ രാധേട്ടനോട് തിരക്കി.

"ഇപ്പോൾ ഇവിടെ നിന്ന് ഇറങ്ങിപ്പോയ സ്ത്രീ?"

"എവിടെ നിന്ന്...?" രാധേട്ടൻ അലക്ഷ്യമായി ചോദിച്ചു.

"ഓ... ഒന്നുമില്ല രാധേട്ടാ... അവരെ ഞാനറിയുമെന്ന് തോന്നുന്നു."

"ആരെ...?" വീണ്ടും രാധേട്ടന്റെ കനപ്പിക്കുന്ന ചോദ്യം.

ഒന്നും ഉരിയാടാതെ ക്ഷേത്രത്തിനു പുറത്തുകടന്ന് അവളെ നാലുപാടും അന്വേഷിച്ചെങ്കിലും കണ്ടെത്താനായില്ല.

ക്ഷേത്രോത്സവത്തിന്റെ തലേന്നാൾ ക്ഷേത്രനടയിൽ തൊഴുത് പോകാനൊരുങ്ങുകയായിരുന്നു.

ഉണ്ണായിവാര്യരുടെ നളചരിതം ആട്ടക്കഥയിലെ പദങ്ങൾ ഉച്ചഭാഷിണിയിലൂടെ ശ്രുതിമധുരമായി കേൾക്കുന്നുണ്ട്.

"അംഗനേ ഞാൻ അങ്ങു പോവതെങ്ങനെ...

ഇങ്ങനേകം മനോരാജ്യം..."

എന്നിലെ ഗായകൻ ഉണർന്നു. ക്ഷേത്രത്തിനുള്ളിലെ അരങ്ങിനു മുൻപിൽ ഒരൊഴിഞ്ഞ കസേരയിൽ സ്ഥാനംപിടിച്ചു. അരങ്ങിൽ

ദമയന്തിയും കാട്ടാളനും അരങ്ങു തകർത്താടുകയാണ്. ചുണ്ടിൽ കഥകളിപ്പദങ്ങൾ തത്തിക്കളിച്ചു.

ദമയന്തിയുടെ കണ്ണുകളിലെ പ്രസരിപ്പ്... ഭൈമിയുടെ ആകാര വടിവ്.

“എന്റെ ദേവീ...” അറിയാതെ ആത്മഗതം ഉച്ചത്തിലായി. ചുറ്റു മുള്ള ജനക്കൂട്ടത്തെ മറന്നു; മതിമറന്നു പാടി.

“താഴ്ച വരാതെ വാഴ്ക തരുണി നീ എനിക്കുണ്ട്,

ചോർച്ച കൂടാതെ കെട്ടി ചുമരും വച്ചൊരു വീട്.

വാഴ്ക നമുക്കവിടെ...”

മറ്റുള്ളവർക്ക് ശ്രദ്ധിക്കുവാൻ അവസരമൊരുക്കുന്നു എന്നുതോ ന്നിയപ്പോൾ മൗനം പാലിച്ചു.

ദൈവമേ... സൗന്ദര്യത്തിന്റെ മൂർത്തിമത്ഭാവമായ ഇവൾ ദമയ ന്തിയോ... അതോ എന്റെ ദേവിയോ...

ജൻമസിദ്ധമായ തന്നിലെ കഴിവുകളെ പരിപോഷിപ്പിക്കുവാൻ അച്ഛൻ നന്നേ പണിപ്പെട്ടിട്ടുണ്ട്. കഷ്ടപ്പെട്ടാണെങ്കിലും അച്ഛൻ പാട്ടു പഠിപ്പിച്ചു.

അനുഗൃഹീതഗുരുവിന്റെ കീഴിലുള്ള പാട്ടു പരിശീലനം ഇന്ന് ഇവിടെ എത്തിച്ചു. സമൂഹം തന്നെ അറിയപ്പെടുന്ന ഒരു ഗായക നാക്കി.

“പങ്കജബാണനൊരു പകയായ് ചമഞ്ഞിതെന്നിൽ...”

നളചരിതത്തിലെ കാട്ടാളൻ തന്റെ വേഷത്തോടു നീതി പുലർ ത്തുന്നുണ്ട്.

ഭൈമിയുടെ കുലീനത... ഭയം... സ്ഥൈര്യം... ഇച്ഛാശക്തി തുട ങ്ങിയ പല ഭാവങ്ങളും ദേവിയുടെ മുഖത്ത് മിന്നിമറയുന്നു. നൃത്ത ശില്പത്തിലെ ഭൈമി ഹൃദയമാകുന്ന സരസ്സിൽ പുഷ്പിച്ചു നിൽ ക്കുകയാണ്. അവളെ അടുത്തറിയുവാൻ ഹൃദയം വെമ്പി. നൃത്ത ശില്പം കഴിഞ്ഞ് കൂട്ടുകാരികളോടൊപ്പം ചിരിച്ചുകളിച്ച് അവൾ ഇറങ്ങിപ്പോയി.

എന്താണ് തനിക്കവളോടുള്ള ഇഷ്ടത്തിന്റെ അളവുകോൽ? നിർവചിക്കാനാവുന്നില്ല. അവളെ ഒന്നുകൂടി കാണാൻ വഴിയുണ്ടോ...? ആരെന്നെങ്കിലും അറിയുവാൻ കഴിഞ്ഞാൽ...

ഇന്ന് ഓഫീസിലെത്താൻ നേരം വൈകിയിട്ടുണ്ട്. ഓഫീസിലെ ലിഫ്റ്റിൽ കയറവേ തന്നോടൊപ്പം ലിഫ്റ്റിൽ കയറിയ അവൾ... ആരാധനയോടെ വീക്ഷിച്ചു. ഒന്നു ചിരിക്കുവാൻ പാഴ്ശ്രമം നടത്തിയപ്പോൾ അവൾ മനോഹരമായി പുഞ്ചിരിച്ചു. നിലാവൊഴുകുന്ന ചിരി! ദൈവമേ... അവൾ തന്നെ ഒരു ചിരിയിലെങ്കിലും പരിഗണിച്ചല്ലോ.

ഏതോ നിലയിലെത്തിയപ്പോൾ ലിഫ്റ്റ് ഓപ്പറേറ്റർ പറഞ്ഞു.

"സാർ... സാറിറങ്ങുന്നില്ലേ?"

"ഞാൻ നാലിലാണിറങ്ങുന്നതെന്ന് തനിക്കറിയില്ലേ...?"

"നാലാം നിലയിലാണ് സാർ, അഞ്ചിലേക്ക് മാഡം മാത്രമേയുള്ളു."

"ഓ... ശരി."

കഷ്ടം, നാലാംനിലയാണെന്ന് പറയേണ്ടിയിരുന്നില്ല. ഇന്ന് എഡിറ്റോറിയൽ എഴുതുന്ന ശിവപ്രസാദിനെ കാണാനുണ്ടെന്ന് പറയാമായിരുന്നു.

അവൾ ഇവിടെ എന്തിനു വന്നതായിരിക്കും? ഒന്നുപോയി നോക്കിയാലോ...

നോക്കുമ്പോൾ ആർട്ട് എഡിറ്ററായ നിസാറിന്റെ അടുത്ത് കുറച്ച് ചിത്രങ്ങൾ നൽകിക്കൊണ്ട് അവൾ ലിഫ്റ്റിൽ താഴേയ്ക്കിറങ്ങിപ്പോവുകയും ചെയ്തു. താഴെയിറങ്ങി നോക്കിയെങ്കിലും അവളെ കാണാനായില്ല.

എത്ര മനോഹരിയാണവൾ സാരിയിൽ! മയിൽപ്പീലിക്കളറുള്ള സാരി അവൾക്ക് നന്നായി ഇണങ്ങുന്നുണ്ട്. പക്ഷേ, കറുത്ത കരയുള്ള വേഷ്ടിയും മുണ്ടും അണിഞ്ഞ് ക്ഷേത്രനടയിൽ തൊഴുതു നിൽക്കുന്ന ചിത്രം... കണ്ണിൽ നിന്ന് അടർത്തിമാറ്റുവാൻ കഴിയുന്നില്ല.

അഞ്ചാം നിലയിൽ പോയി നിസാറിനെ കണ്ട് പത്തു മിനുട്ട് പൊതുകാര്യങ്ങൾ സംസാരിച്ചിരുന്നു. മേശപ്പുറത്ത് അലക്ഷ്യമായി ക്കണ്ട ചിത്രങ്ങൾ മനോഹരമായിരിക്കുന്നു എന്നു പറഞ്ഞപ്പോൾ നിസാർ മന്ദഹസിച്ചു.

"അത് എന്റെ ഒരു പ്രിയ സുഹൃത്ത് വരച്ചതാ... എന്റെ ക്ലാസ് മേറ്റ്."

"ഓ... ആരാ ഈ സുഹൃത്ത്?"

നിസാർ തന്നെ ഒന്നു സൂക്ഷിച്ചു നോക്കി.

ദൃഷ്ടികൾ തറയിൽ ഉറപ്പിച്ച് ഉത്തരം കേൾക്കാൻ വലിയ താല്പ ര്യമില്ലെന്നു നടിച്ചു.

"അവൾ പൂർണിമ... നന്നായി വരയ്ക്കും... നൃത്തം ചെയ്യും."

"ഓ... ഈ ചിത്രങ്ങൾ?"

"നിനക്കെന്താ മോഹൻ... എന്തോ പറ്റിയിട്ടുണ്ടല്ലോ."

"എന്തു പറ്റാനാ നിസാർ? നല്ല ചിത്രങ്ങൾ കണ്ടപ്പോൾ ചോദി ച്ചെന്നു മാത്രം."

"ഗായകന് ചിത്രങ്ങളോടോ ആരാധന... അതോ..."

"നിസാർ... നീ..."

"അലറണ്ട മോഹൻ... നീ അവളെ കണ്ടോ?"

"നിസാർ... അവൾ ആരാണ്?"

"അങ്ങനെ വരട്ടെ... എടോ, അവൾക്ക് ഒരു കുട്ടിയുണ്ട്. അഞ്ചു വയസ്സായ ഒരു സുന്ദരി മോൾ."

"അവളുടെ... അവളുടെ... വിവാഹം കഴിഞ്ഞോ?"

"അവളുടെ വിവാഹംകഴിഞ്ഞ് ഭർത്താവും കുട്ടിയുമൊത്ത് സന്തോഷമായി ജീവിക്കുന്നു."

"ഈ ചിത്രങ്ങൾ എന്തിനെന്നു നീ പറഞ്ഞില്ല..."

"നിന്നോടു പറഞ്ഞാണല്ലോ ഞാൻ ഇവിടെ എല്ലാം വാങ്ങാറു ള്ളത്. ഒന്ന് പോടോ... എനിക്കു ജോലിയുണ്ട്."

“എന്നാലും നിസാർ...”

“എടോ, ‘പൂർണശ്രീ’ മാസികയിൽ ‘വർണങ്ങളിൽ ചാലിച്ച വരകൾ’ എന്നൊരു പംക്തിയില്ലേ? അതിലേക്ക്... ഈ മാസം പൂർണിമയുടെ വരകളാണ് പ്രസിദ്ധീകരിക്കുന്നത്.”

“മോഹൻ... നീ പോ... എനിക്ക് ഒരുപാട് ജോലികളുണ്ട്.”

“അവളോടൊന്ന് സംസാരിക്കുവാൻ കഴിയുമോ?”

“എടോ... നിനക്കെന്താ... ഭ്രാന്തുണ്ടോ? അവൾ മാരീഡ് ആണ്. അവൾക്ക് നല്ല വായനാശീലമുണ്ട്. പാട്ടുകളോട് പ്രണയവും.”

“അപ്പോൾ?”

“നീ പാടുന്ന പാട്ടുകളെക്കുറിച്ച് അഭിപ്രായം ചോദിച്ചോ... അങ്ങനെ സംസാരിക്കുവാൻ അവസരം കണ്ടെത്ത്.”

“എന്റെ പാട്ടുകൾ അവൾ കേട്ടിരിക്കാൻ സാധ്യതയുണ്ടാവും അല്ലേ?”

“അറിയില്ല, പോയി അന്വേഷിക്ക്. ഇതാണവളുടെ ഫോൺ നമ്പർ.”

“വിളിച്ചാ പ്രശ്നാവോ നിസാർ?”

“എന്തു പ്രശ്നം? അവൾ എല്ലാവരോടും തുറന്ന് ഇടപഴകുന്ന വളാ... നീ വിചാരിക്കുന്ന പോലെ...”

“നീ വിചാരിക്കുന്ന പോലെ... എന്ത്?”

“ഓ... പടച്ചോനേ... ചമ്മലൊന്നും അവൾക്കില്ല.”

നിസാർ പറഞ്ഞതു പോലെ ഒന്നു വിളിച്ചു നോക്കിയാലോ? എന്തു പറയും? ഞാൻ മോഹനാണെന്നോ? അങ്ങനെ പറഞ്ഞാൽ അറിയണമെന്നുണ്ടോ? ചിലപ്പോൾ അറിയുമായിരിക്കും. അല്ലെങ്കിൽ പിന്നണി ഗായകൻ മോഹൻ എന്നു പറഞ്ഞാലോ? ടി.വി.ചാനലുകളിൽ പല ഗാനപരിപാടികളിലും ജഡ്ജ്മെന്റ് ചെയ്തു വരുന്ന തന്നെ മനസ്സിലായിട്ടായിരിക്കുമല്ലോ അന്ന്... അന്ന് ചിരിച്ചത്. അറിയില്ല. എന്തായാലും വിളിക്കുക തന്നെ.

ഫോൺ റിംഗ് ചെയ്യുന്നുണ്ട്. എടുക്കുന്നില്ലല്ലോ? ഒന്നുകൂടി വിളിക്കുന്നതിൽ തെറ്റില്ലെന്നു തോന്നുന്നു.

"ഹലോ... ആരാണ്?"

ദൈവമേ... ഫോൺ എടുത്തല്ലോ.

"ഞാൻ... ഞാൻ... മോഹൻ. അന്നു കണ്ട..."

"എന്നു കണ്ടു?"

"ലിഫ്റ്റിൽ നിന്നു കണ്ടില്ലേ? ആ..."

"ഏതു ലിഫ്റ്റിൽ നിന്ന്? താങ്കൾക്ക് എന്തു വേണം?"

"ഞാൻ... ഞാൻ... ഗായകൻ മോഹനാണ്."

"ഓ... മിസ്റ്റർ മോഹൻ വിളിക്കുവാൻ കാരണം?"

"എന്റെ പാട്ടുകൾ കേൾക്കാറുണ്ടോ?"

"എല്ലാ പാട്ടുകളും കേൾക്കാറുണ്ട്. കൂട്ടത്തിൽ താങ്കളുടേതും."

"എങ്ങനെ...?"

"എന്ത്?"

"പാട്ടുകൾ...?"

"നല്ല ഗാനങ്ങൾ . താങ്കളുടെ ശബ്ദസൗകുമാര്യം എല്ലാവരും എടുത്തു സൂചിപ്പിക്കുന്നതല്ലേ?"

"അടുത്തിറങ്ങിയ 'ആരാധന' എന്ന ചിത്രത്തിൽ ഞാൻ പാടുന്ന ഒരു ഗാനമുണ്ട്. അറിയേണ്ടോരാൾ മാത്രം അറിയാതെ... എന്നു തുടങ്ങുന്ന..."

"ഓ... ശരി... ഞാൻ കേൾക്കാം. ഇനിയും നല്ല ഗാനങ്ങൾ പാടുവാൻ ദൈവം അനുഗ്രഹിക്കട്ടെ."

"പിന്നെ..."

"ഓ... ഫോൺ വെച്ചല്ലോ, എന്തായാലും ആ മധുരസ്വരം കേൾക്കുവാൻ കഴിഞ്ഞല്ലോ."

ദൈവമേ... ആരാധനയ്ക്ക് ഇങ്ങനെയൊരു രൂപമുണ്ടോ? ഉള്ളു നീറിപ്പിടയുകയാണ്.

വീണ്ടും കാണുവാനുള്ള അവസരം ഉണ്ടായത് അപ്രതീക്ഷിത മായിട്ടാണ്. ഓഫീസിലെ നിസാറിന്റെ അനിയത്തിയുടെ മൈലാഞ്ചി കല്യാണത്തിന്. താൻ ചെല്ലുമ്പോൾ നിസാറിന്റെ അനിയത്തിയോ ടൊപ്പം നിന്ന് ഫോട്ടോ എടുക്കുന്നു. നെറ്റിയിൽ വട്ടപ്പൊട്ട്. ചന്ദന ക്കുറി... ചുവന്ന കാഞ്ചീപുരം പട്ടിൽ അവൾ തന്റെ ദേവി തന്നെ.

എന്നെ കണ്ടപ്പോൾ നിലാവൊളി ചിതറിയ പോലെ ചിരിച്ചു കൊണ്ടടുത്തു വന്നു.

എവിടെ നിന്നു തുടങ്ങുമെന്നറിയില്ല. എങ്കിലും ചോദിച്ചു.

"ഇന്ന് ജോലിയ്ക്ക് പോയില്ലേ...?"

"പോയി. ഉച്ചയ്ക്കു ശേഷം ലീവെടുത്തു."

"നിസാറിന്റെ കുടുംബവുമായുള്ള അടുപ്പം?" അറിയാത്തതു പോലെ ചോദിച്ചു.

"ഞാനും നിസാറും ക്ലാസ്മേറ്റാണ്."

ദൈവമേ... ഞാൻ ഇവളെ എന്തു വിളിക്കും? പ്രിയപ്പെട്ടവളെ ഒന്ന് സംബോധന ചെയ്യാൻ പോലും...

"ഇയാൾ... ഛെ വേണ്ട, എന്തൊരു അകലം."

"ഓഫീസിൽ പിന്നീട് ചിത്രങ്ങളുമായി കണ്ടില്ലല്ലോ?"

"ആരെ?"

ദൈവമേ... എന്തൊരു ഗതികേട്... തന്റെ മനസ്സിൽ കണ്ടെത്തിയ പേര്... എങ്ങനെ വിളിക്കും?

"മോഹൻ ആരെയാണ് ഉദ്ദേശിച്ചത്?"

മുന്നിലുള്ള ദേവിയെ വിരൽ ചൂണ്ടിക്കാണിച്ചു. അവൾ കുലു ങ്ങിച്ചിരിച്ചു.

"എനിക്കൊരു പേരുണ്ട്. പൂർണിമ."

പക്ഷേ..., തന്റെ മനസ്സിൽ ഇവൾ പൂർണിമയല്ല, താൻ സ്നേഹിച്ച മീനാക്ഷി... തന്റെ മീനൂട്ടി.

കറുത്ത കരയുള്ള വേഷ്ടിയും മുണ്ടും ചുറ്റി പൂജാമുറിയിൽ അവൾ തൊഴുതു നിൽക്കുന്നു. അതേ രൂപം... അതേ സ്വരം... ജൻമവാസനകൾ പോലും ഒരേത്! ഇവൾ പൂർണിമയല്ല... തന്റെ മീനാക്ഷിയാണ്... മീനാക്ഷി.

സ്ഥലകാല ബോധം വീണ്ടെടുത്തു.

"അല്ല... ദേവിയുടെ ചിത്രങ്ങൾ..."

"ദേവിയോ?" അവൾ അദ്ഭുതത്തോടെ ചോദിച്ചു.

"അതിന് ലോകത്ത് ഞാൻ മാത്രമാണോ ചിത്രകാരി?" അവൾ കുണുങ്ങിച്ചിരിക്കുകയാണ്.

"സർഗ്ഗം ചാനലിൽ ഇന്ന് എന്റെ പാട്ടുകളുണ്ട്. 'എന്റെ പ്രിയപ്പെട്ട പാട്ടുകൾ' എന്ന പരിപാടിയിൽ."

"ശരി മോഹൻ, ഞാനെന്തായാലും കാണും."

ആ സംഭാഷണം അവിടെ തീർന്നു. മീനാക്ഷിയുടെ അതേ രൂപം. ചിരി... വർണങ്ങളുടെ ഇന്ദ്രജാലക്കാരി. അവൾക്ക് ഭർത്താവും കുട്ടിയുമുണ്ട്. കെട്ടുപാടുകൾ... കടമകൾ... കർത്തവ്യങ്ങൾ... എത്ര കാലം താൻ... എരിഞ്ഞെരിഞ്ഞിങ്ങനെ... ഉള്ളിലെ വിങ്ങൽ എന്നോടു കൂടി തീരുന്നതു വരെ... നിലവിളികൾ... പറയാനാവാതെ പോയ പ്രണയം പോലെ തൊണ്ടയിൽ കുരുങ്ങി... കരഞ്ഞു കലങ്ങിയ കണ്ണുകളിലവൻ കെടാതെ കാത്തിട്ടുള്ള മൂന്നക്ഷരം, ആ അക്ഷരങ്ങളിലാണു അവന്റെ പ്രാണൻ കോർത്തതെന്ന് ആരറിയാൻ?

തന്റെ സ്വപ്നങ്ങളുടെ സ്വർഗത്തിൽ അവൾ തന്റെ രാജ്ഞിയാണെന്നെങ്ങനെ...

വയ്യ, ചിന്തകൾ തലച്ചോറിനെ ഞെരിച്ചമർത്തുന്നു.

കഷ്ടം! കൊട്ടാരക്കെട്ടിൽ നിന്നെന്തിന് ഇറങ്ങി വരണം അവൾ... അതും മഴനനയുവാൻ, ഒരു നിസ്വനു വേണ്ടി. ഈ മഴ ഒരു മറയാവട്ടെ.

രാത്രി പത്തു മണി... ഫോൺ ശബ്ദിക്കുന്നുണ്ടല്ലോ... അവൾ... അവൾ... തന്റെ ദേവി... മീനാക്ഷി...

“മോഹൻ... താങ്കൾ പാടിയ പാട്ടുകൾ എല്ലാം എനിക്കും ഏറെ പ്രിയമുള്ളവ തന്നെ.”

“ദേവീ...”

“ദേവിയോ...? എന്റെ പേര് പൂർണിമ എന്നാണ്.” അവളുടെ മുത്തു പൊഴിയുന്ന ചിരി.

“പിന്നെ മോഹൻ, എനിക്കതിൽ ഒത്തിരി ഇഷ്ടപ്പെട്ട പാട്ടു പറയാമോ?”

ഒരു നിമിഷം ശങ്കിച്ചു. ഒടുവിൽ തന്റെ ജീവിതം വരച്ചിടുന്ന ഒരു പ്രിയഗാനം കണ്ടെത്തി. ഉള്ളിലെ നീറുന്ന വേദന... സ്വപ്ന സൗധങ്ങളുടെ വെണ്ണീറ്.

“പറയട്ടെ?”

“പറയൂ... ശരിയാണോന്ന് നോക്കട്ടെ?”

“ഉള്ളിലെ പ്രണയം പറയേണ്ട ആളോടു പറയുവാനാകാതെ വീർപ്പുമുട്ടുന്ന ഒരാളുടെ ഹൃദയ ഗാനം... സ്വയം ഉരുകിയില്ലാതാകുന്ന അയാൾ... അറിയേണ്ടൊരാൾ മാത്രം അറിയാതെ... മൂന്നക്ഷരങ്ങളിൽ കൊരുത്ത അവന്റെ പ്രാണൻ... കാലം യാത്ര ചെയ്തു. അവൾ ഒറ്റയ്ക്കായി... പക്ഷേ, ഒത്തിരി ഇഷ്ടം പറയുവാൻ അടുത്തെത്തും മുമ്പ്... അയാൾ... അയാൾ...”

“മോഹൻ, യു ആർ ഗ്രേറ്റ്... എങ്ങനെ എന്റെ ഇഷ്ടങ്ങളെ...”

“അറിയില്ല... അറിയില്ല... ഒന്നും ചോദിക്കരുത്. ഏതോ ജനിമൃതികളിൽ... അത്രേ അറിയൂ... അറിയൂ.”

~~~
~~~

ഞാറ്റടി

കൂത്തംകോടിനപ്പുറം മലയരുകുണ്ടിൽ പണ്ട് ധാരാളം മലയർ കുടിൽകെട്ടി പാർത്തിരുന്നത്രെ. വെള്ളക്കുറുഞ്ഞി മലയിൽ സ്ഥിര വാസമുണ്ടായിരുന്ന അപരിഷ്കൃതരായ മലയർ മലമ്പനി പിടി പെട്ട് യാതൊരു ഗതിയുമില്ലാതെ വന്നപ്പോഴാണത്രെ മലയരു കുണ്ടിൽ പറ്റമായി വന്ന് പാർപ്പുറപ്പിച്ചത്. മലയർ വന്ന് സ്ഥിരതാമ സമാക്കുന്നതിനു മുൻപ് ഊരംമുറിച്ചിക്കുണ്ട് എന്ന പേരിലാണ് ഇവിടം അറിയപ്പെട്ടിരുന്നത്. മലയരുടെ കുടിലുകൾ ഉയർന്ന തോടെ പിന്നീടത് മലയരുകുണ്ടായി മാറി. മലയരുകുണ്ടിന്റെ ഉടമ സ്ഥാവകാശം ആർക്കാണെന്നു പോലും പ്രദേശവാസികൾക്ക് അറിവുണ്ടായിരുന്നില്ല. അതുകൊണ്ടുതന്നെ മലയിറങ്ങി വന്ന മലയരെ ഇവിടെ നിന്ന് കുടിയൊഴിപ്പിക്കാൻ ആരും മെനക്കെട്ടതു മില്ല. നാട്ടിലെ പ്രമാണിമാർക്കിടയിൽ മാത്രം ചെറിയ മുറുമുറുപ്പ് ഉണ്ടായത്രെ. പണ്ട് നാടുനീങ്ങിയ ഒരു തിരുമേനിയുടെ വസ്തു വകകളിലുള്ളതായിരുന്നു ഈ മലയരുകുണ്ടെന്ന് കേട്ടുകേൾവി യുണ്ട്.

മലയരുകുണ്ടിന്റെ വടക്കുവശം വിസ്തൃതമായി കിടക്കുന്ന കരുവപ്പാടി പറമ്പ്. അതിനുമപ്പുറം ആഭിജാത്യ നായർ തറവാടായ വെള്ളേങ്ങാട്ടുകളത്തിലെ പൊന്നു വിളയുന്ന കൃഷിയിടങ്ങൾ. പെരിഞ്ഞാമ്പാടം വടക്കേകണ്ടം മുതൽ പുളിക്കിലെകണ്ടം വരെ കണ്ണെത്താദൂരത്തോളം പരന്നുകിടക്കുന്ന നെൽപ്പാടങ്ങൾ.

വെള്ളേങ്ങാട്ടുകളത്തിലെ പ്രമാണിമാരായ ആഢ്യഭ്രാതാക്കൾക്ക് പരമ്പരാഗതമായി കൈമാറി വന്ന ഭൂപ്രദേശങ്ങളാണത്രെ അവ.

വെള്ളേങ്ങാട്ടുകളത്തിലെ നെൽകൃഷിപ്പണി തകൃതിയായി മുന്നോട്ടു പോയിരുന്നത് കുഞ്ഞുമൊളയനും ചിന്നാണ്ടിയും കൊടിച്ചിയും അടങ്ങുന്ന കർഷകത്തൊഴിലാളികളുടെ നീണ്ടനിര നിരന്തരമായി പണിയെടുത്തായിരുന്നു. വള്ളുവച്ചെറുമൻ വിഭാഗത്തിൽപെട്ട ഈ കർഷകത്തൊഴിലാളികൾ വെള്ളേങ്ങാട്ടുകാരുടെ ഭൂവിഭാഗത്തിൽ തന്നെ പുര കെട്ടി കുടികിടപ്പവകാശംവരെ ലഭിച്ചവരാണ്.

വെള്ളേങ്ങാട്ടുകളക്കാരുടെ കാളപൂട്ട്, ഞാറുനടൽ, കൊയ്ത്ത് മെതിയുമെല്ലാം തറവാട്ടിലെ പ്രധാനികൾക്കെന്നപോലെ നാട്ടുകാരുടെയും കാര്യസ്ഥൻമാരുടെയും കൃഷിപ്പണിക്കാരുടെയും ആഘോഷമോ ഉത്സവമോ ഒക്കെയായിരുന്നു. പെരിഞ്ഞാമ്പാടം മുതൽ പുളിക്കിലെ കണ്ടം വരെ നാട്ടുകാരും പണിക്കാരും അണിനിരക്കും. കൃഷിയിടത്തിന് ചാരുതയേകിയുള്ള ഞാറ്റുകണ്ടങ്ങൾ കണ്ണിനാകർഷണ കേന്ദ്രമായിരുന്നു.

ഇടവം, മിഥുനമായി ഒന്നാം വിള നട്ട വിരിപ്പുകൃഷി കന്നിയിൽ കൊയ്തെടുക്കണം. വെള്ളേങ്ങാട്ടുകളത്തിലെ സേതുമാധവൻ നായരും പത്നി സതീദേവി തമ്പ്രാട്ടിയും കർഷകത്തൊഴിലാളികളുടെ കാണപ്പെട്ട ദൈവങ്ങളാണ്. ഒന്നാംവിള കൊയ്ത്ത് കഴിഞ്ഞാൽ പണിക്കാർക്കു മാത്രമല്ല, നാട്ടിലെ ചില്ലറ കാര്യസ്ഥൻമാരെപ്പോലെ ചുറ്റിപ്പറ്റി നിൽക്കുന്നവർക്കും വെള്ളേങ്ങാട്ടുകളത്തിൽ നിന്ന് വലിയ നാക്കിലയിൽ ഇടങ്ങഴി ചോറ് തരപ്പെടും. വടക്കിനിയുടെ മുന്നിലുള്ള വിശാലമായ പുരയിലിരുന്ന് ഊൺ കഴിച്ച് അന്ന് രാത്രിയ്ക്കുള്ളത് തോർത്തിൽ കിഴി കെട്ടി കൊണ്ടുപോകുന്നവരും വിരളമല്ല.

കൃഷിയിടങ്ങളിലവിടവിടെയായുള്ള ഞാറ്റടിക്കണ്ടങ്ങളുടെ ഹൃദയഹാരിയായ പച്ചപ്പു നോക്കിക്കൊണ്ട് 'ഞാറുറച്ചാൽ ചോറുറച്ചു' എന്ന് കുഞ്ഞുമൊളയൻ എപ്പോഴും പറയുമായിരുന്നത്രെ.

രണ്ടാമത്തെ വിള മുണ്ടകൻ കന്നി, തുലാം ആദ്യം നട്ട് മകരത്തിൽ കൊയ്യും. കൊയ്ത്തു കഴിഞ്ഞ പാടങ്ങൾ പൂട്ടിയിട്ട് വല്ലോ

ട്ടിയിൽ ചവറ്റില കോരിയിട്ട് ചുടും. പിന്നീട് ചില പാടങ്ങളിൽ മാത്രമായി മൂന്നാമത്തെ വിളയായ പുഞ്ചക്കൃഷി. കുംഭം മീനമായി നട്ട് ഇടവത്തിൽ കൊയ്ത്ത്. പുഞ്ച അറുപതു ദിവസംകൊണ്ട് കൊയ്തെടുക്കാമെന്നാണ് കുഞ്ഞുമൊളയൻ പറഞ്ഞു കേട്ടിട്ടുള്ളത്. ഞാറു നടുമ്പോൾ കുഞ്ഞുമൊളയന്റെ പെണ്ണ് കുഞ്ചിക്കാളി പാടുന്ന ഞാറ്റു പാട്ടും ഞാറ്റുമുടി കെട്ടിയിട്ടതിന്റെ ചന്തവുമൊക്കെ ആസ്വദിച്ച് നിൽക്കുന്ന വെള്ളേങ്ങാട്ട്കളത്തിലെ പ്രഭുക്കൻമാരുടെ കാർഷികവൃത്തിയിൽ നിർബാധം പൊൻകതിർ വിളഞ്ഞു.

കുഞ്ഞുമൊളയനിഷ്ടം ഞാറ്റുകണ്ടത്തിന്റെ ഹരിതഭംഗിയാണ്. തന്റെ പെണ്ണ് കുഞ്ചിക്കാളിയെ നോക്കിയിരിക്കുന്നതു പോലെ എത്ര നേരം ഞാറ്റടി നോക്കിയിരുന്നാലും അയാൾക്ക് മടുപ്പില്ലത്രെ.

കാലങ്ങളോളം ഇടതടവില്ലാതെ കുഞ്ഞുമൊളയനും ചിന്നാണ്ടിയും കൊടിച്ചിയും വെള്ളേങ്ങാട്ടുകാരുടെ കൃഷിപ്പണി നടത്തിവന്നു. പണിക്ക് ആളെ തികഞ്ഞില്ലെങ്കിൽ മലയരുകുണ്ടിൽ കൂട്ടം കൂടി പാർക്കുന്ന മുണ്ടി, അക്കി, കാളൻ തുടങ്ങിയ മലയരേയും ആദ്യകാലങ്ങളിൽ നെൽപ്പണിയ്ക്ക് കൂട്ടിയിരുന്നു. കുഞ്ഞുമൊളയൻ തന്നെയാണ് പണിക്കാരെ കൂട്ടുന്നതും ആവശ്യം കഴിഞ്ഞാൽ പറഞ്ഞുവിടുന്നതും.

ഇതിനിടെ കന്യകയായ മലയിപ്പെണ്ണ് മുണ്ടിയ്ക്ക് ഉണ്ടായ ദിവ്യഗർഭത്തിൽ കുഞ്ഞുമൊളയന്റെ ആളുകളും മലയരും തമ്മിൽ വാക്കേറ്റമായി. വാക്കേറ്റം കത്തിക്കുത്തിൽ കലാശിച്ച് കുഞ്ഞുമൊളയൻ ഒളിവിലുമായി.

വെള്ളേങ്ങാട്ട്കളത്തിലെ തമ്പ്രാനും തമ്പ്രാട്ടിയും ഇടപെട്ട് പ്രശ്നം ഒത്തുതീർപ്പുകൽപിച്ചു എങ്കിലും കുഞ്ഞുമൊളയന്റെ കുറച്ചു ദിവസത്തെ തിരോധാനം കാരണം അയാളുടെ അടിയാത്തിപ്പെണ്ണ് കുഞ്ചിക്കാളി മലയരുടെ കൂടെ പൊറുക്കാൻ തുടങ്ങിയത് കുഞ്ഞുമൊളയനെ തീരാദു:ഖത്തിലാഴ്ത്തി. കള്ളപ്പാടിക്കുണ്ട് വഴി നടന്നുപോയ കുഞ്ഞുമൊളയനെ പിന്നീടാരും കണ്ടതേയില്ലത്രെ.

ഇതിനിടെ മലയരുകുണ്ടിൽ കൂട്ടത്തോടെ മാറാവ്യാധി പിടിപെട്ട് മലയർ ഐരമലയിലേക്ക് കുടിയേറിയത്രെ. ചിന്നാണ്ടിയും കൊടിച്ചിയും മറ്റു പണിക്കാരായ കുഞ്ചമ്മയേയും കണ്ടനേയും കൂട്ടി

കുറച്ചു കാലം കൂടി വെള്ളേങ്ങാട്ടെ കൃഷിപ്പണി കൊണ്ടുനടന്നു. സേതുമാധവൻ തമ്പ്രാന്റെ മക്കൾ കൃഷ്ണൻ നായരും ശിവശങ്കരൻ നായരും സുഖലോലുപതയുടെ പര്യായമായിരുന്നു. പൊന്നു വിളഞ്ഞ ഭൂവിഭാഗം കഷ്ടി ഞാറു നട്ടെങ്കിലെന്നായി. സേതുമാധവൻ നായരുടെയും സതീദേവി തമ്പ്രാട്ടിയുടെയും കാലശേഷം വെള്ളേങ്ങാട്ടുകളത്തിലെ കൃഷിയിടങ്ങൾ വിണ്ടുകീറി കിടന്നു. ചിന്നാണ്ടിയുടെയും കൊടിച്ചിയുടെയും മക്കൾ മറുനാടുകളിൽ നിന്ന് കച്ചവടക്കൊതിയോടെ വന്നുചേർന്നവരുടെ റബ്ബർഎസ്റ്റേറ്റ് പണികളിൽ വ്യാപൃതരായി. കുറഞ്ഞ സമയത്തിനുള്ളിൽ കൂടുതൽ വേതനം കിട്ടിയപ്പോൾ ചിന്നാണ്ടിയുടെയും കൊടിച്ചിയുടെയും മക്കൾക്ക് നെൽകൃഷി പഴഞ്ചനായി.

വർഷങ്ങൾക്കു ശേഷം ഗ്രാമത്തിൽ ഒരു പടുകിഴവൻ വന്നെത്തിയതായും വെള്ളേങ്ങാട്ട്കളത്തിലെ കൃഷിയിടങ്ങളിലൂടെ രാത്രി പകൽഭേദമെന്യേ നടക്കുന്നതായും ഒരു ശ്രുതി പരന്നു. ഗ്രാമവാസികൾ കാര്യമറിയുവാൻ തടിച്ചു കൂടി. കാൽ വലിച്ചുള്ള പടുകിഴവന്റെ നടത്തം കണ്ട് കരുവാൻ അയ്യപ്പൻ ഉറക്കെ വിളിച്ചു പറഞ്ഞു.

“ഇത്... ഇത് നമ്മടെ കുഞ്ഞുമൊളയനല്ലേ...?”

പടുകിഴവൻ അതു കേട്ടില്ല. അയാൾ പെരിഞ്ഞാമ്പാടത്തിന്റെ വീണ്ടുകീറിയ മാറിൽ കമിഴ്ന്നു കിടന്നു.

“കുഞ്ഞുമൊളയാ...” അയ്യപ്പൻ തട്ടി വിളിച്ചു.

ഞാറ്റുകണ്ടങ്ങളുടെ സമൃദ്ധമായ പച്ചനിറം കുഞ്ഞുമൊളയൻ ഭാവനയിൽ കണ്ടു.

ഹൃദയത്തുടിപ്പ് എരിഞ്ഞടങ്ങും വരെ... ചവറ്റില കോരിയിട്ട് ചുടും വരെ.

~~~
~~~

ഒരു
കടിഞ്ഞൂൽ പ്രണയം

കുറേയേറെ വർഷങ്ങളായി അവൾ പറയാറുള്ള ആഗ്രഹം സഫലീകരിച്ചുകൊടുക്കുവാൻ പോകുകയാണ്. അവളുടെ ദിവാസ്വപ്നങ്ങളിൽ തണുപ്പു പുതച്ചു കിടക്കുന്ന ആ പ്രദേശത്തേക്കുള്ള യാത്ര എത്രകാലമായവൾ കൊണ്ടുനടക്കുന്നു! ആത്മഹത്യാമുനമ്പിനെക്കുറിച്ചുള്ള വിശദാംശങ്ങൾ കൂട്ടുകാരികളിൽ നിന്നും കിട്ടിയ അറിവായി മേലാസകലം പതഞ്ഞു കിടക്കുകയാണ്. വസന്തഭംഗി വർണക്കുട നിവർത്തുന്ന പ്രകൃതിയുടെ ഇന്ദ്രജാലം അവളുടെ രോമകൂപങ്ങളിൽ പുളകച്ചാർത്തുകളായി മാറിയിരിക്കുന്നു.

"ചന്ദ്രേട്ടാ... നമ്മൾ നാളെയല്ലേ ഊട്ടിയിലേക്ക് പുറപ്പെടുന്നത്?"

അവളുടെ സന്തോഷപ്രകടനങ്ങൾ കാണുമ്പോൾ ഊട്ടിയാത്രക്ക് വേണ്ടി കഷ്ടപ്പെട്ട് സ്വരൂപിച്ച പണത്തിന്റെ മൂല്യം കൂടിക്കൂടി വരികയാണ്. അവളുടെ ആഗ്രഹങ്ങൾ എല്ലാം ചോദിച്ചറിയുവാനോ നിറവേറ്റികൊടുക്കുവാനോ സമയം കണ്ടെത്താറില്ല. പക്ഷേ, ഈ ഊട്ടിയാത്ര അവളുടെ ഏറ്റവും വലിയ ഒരു സ്വപ്നമാണ്. അവളുടെ കിനാക്കളിൽ ഈ യാത്രയെങ്കിലും പൂത്തുലഞ്ഞു നിൽക്കുമല്ലോ.

പൂത്തുവായ്ച്ച നീലക്കുറിഞ്ഞി പൂക്കളുടെ ഫോട്ടോ അവൾ കട്ടിലിന്റെ കിടക്കയ്ക്കു കീഴെ സൂക്ഷിച്ചുവെച്ചിട്ടുണ്ട്.

"ശാരദേ... കുറച്ചു ലഗ്ഗേജ് മാത്രം മതി. നമ്മുടെ യാത്ര സൗകര്യമാകും വിധമുള്ള ഡ്രസ്സുകൾ മാത്രം ഒരു ബാഗിലാക്കിക്കൊള്ളൂ."

പലവർണങ്ങൾ വാരിവിതറിയ ഒരു സാരി ചൂണ്ടി അവൾ പറഞ്ഞു.

“ചന്ദ്രേട്ടാ... എന്റെ കയ്യിൽ ഇതല്ലേ ഉള്ളൂ.”

ശരിയാണ്... കൂടുതൽ തുണിത്തരങ്ങളൊന്നും അവൾക്കില്ലല്ലോ. നിറംമങ്ങിയ നാലഞ്ചു സാരികളുമായി അവൾ പുറത്തിറങ്ങുമ്പോഴാണ് താനതു ശ്രദ്ധിച്ചത്.

അതുകൊണ്ടാണ് നിറങ്ങൾ വാരിചൂടിയ ഒരു സാരി അവൾക്കു സമ്മാനിച്ചതും.

മഞ്ഞുമൂടിയ മലനിരകളുടെ ഇടയിലൂടെ ആകാശത്തിന്റെ മുനമ്പിലേക്ക് ഒഴുകി ഒഴുകി സഞ്ചരിക്കുകയാണ്. ഹിമബിന്ദുക്കൾ തോരണം ചാർത്തിയ സസ്യലതാദികൾ... പലയിനം തരുക്കൾ... ശരീരത്തിലേക്ക് ശൈത്യം അരിച്ചരിച്ച് കയറിക്കൂടുന്നു. അസ്ഥികൾ കുളിരുകോരുമ്പോൾ രോമകൂപങ്ങളിലൂടെ ഉഷ്ണം പുറത്തേക്ക് നിർഗമിക്കുന്നു.

ചെലവു കുറഞ്ഞ ഒരു ലോഡ്ജിൽ താമസസൗകര്യം ഏർപ്പെടുത്തി തന്ന സ്നേഹിതന് നന്ദി പറഞ്ഞുകൊണ്ട് റൂമിൽ പ്രവേശിച്ചു.

ശാരദയുടെ മിഴികൾ ഊട്ടി നഗരത്തിന്റെ സുഖശീതളിമയിൽ ഉടക്കി നിൽക്കുകയാണ്. ലോഡ്ജിലേക്കു വരുന്ന സമയത്ത് സഞ്ചരിച്ച വണ്ടി വഴിവാണിഭക്കാരുടെ ബഹളത്തിൽ കുറച്ചുനേരം നിന്ന സമയത്ത് ഊട്ടിയറുക്കുന്ന വിലയിൽ സാധനങ്ങൾ വാങ്ങുന്ന പരദേശികളെ കണ്ടതാണ്. ശാരദയ്ക്ക് മനം കവരുന്ന കാഴ്ചവസ്തുക്കളിലും ആഭരണങ്ങളിലും മറ്റും പ്രിയം ഉണ്ടെങ്കിലും തന്റെ സാമ്പത്തിക സ്ഥിതിയറിയാവുന്നതിനാൽ അതറിഞ്ഞു പെരുമാറുന്ന പ്രകൃതമാണ്. ഊട്ടിയിൽ നിന്നും ഒന്നും വാങ്ങി നിറയ്ക്കാനുള്ള പണം തന്റെ കയ്യിലില്ലെന്ന പൂർണബോധത്തോടുകൂടിയാണ് അവൾ വന്നിരിക്കുന്നത്.

ചെറിയൊരു മുറിയാണെങ്കിലും നല്ല വൃത്തിയും വെടിപ്പുമുണ്ട്. കിഴക്കുവശത്തോടു ചേർന്ന് കിടക്കുന്ന ഒരു ചെറിയ കട്ടിലിൽ രണ്ടു പേർക്ക് കഷ്ടിച്ച് കിടക്കാം. മുറിയുടെ വാതിലിനഭിമുഖമായി ഒരു ചെറിയ മേശയും കസേരയുമുണ്ട്. മുറി തുറന്ന ഉടനെ റൂം ബോയ് കിടക്കവിരി മാറ്റിയിട്ടുണ്ടായിരുന്നു. വെള്ളനിറമുള്ള കിടക്കവിരിയുടെ നിറം മങ്ങിപ്പോയിട്ടുണ്ട്. രാത്രി താഴെയുള്ള ചെറിയ ഒരു ഹോട്ടലിൽ നിന്ന് അത്താഴം കഴിച്ചശേഷം മുറിയിൽ വന്നു. മുറിയിലെ ജാലകങ്ങൾ തുറന്നിട്ട് പുറംകാഴ്ചകളിൽ മുഴുകിയിരിക്കുകയാണ് ശാരദ.

സാഹിത്യകാരി രാജലക്ഷ്മിയുടെ 'ഒരു വഴിയും കുറേ നിഴലുകളും' ബാഗിന്റെ ഒരു വശത്ത് പുറത്തേക്കുന്തി നിൽക്കുന്നു. വീടു പൂട്ടി ഇറങ്ങുമ്പോൾ ബാഗിനുള്ളിൽ താൻ തന്നെ കുത്തിതിരുകിയതാണ്. അതുകണ്ട് ശാരദ സി. രാധാകൃഷ്ണന്റെ 'മുൻപേ പറക്കുന്ന പക്ഷികൾ' ബാഗിനുള്ളിൽ ഭദ്രമായി എടുത്തുവച്ചു.

ഒരു വഴിയിലൂടെ സഞ്ചരിച്ച് പല നിഴലുകളും ഓർമയിലൂടെ കടന്നുപോകുന്നു. പുസ്തകം വായിച്ച് സമയം നീണ്ടുപോയതറിഞ്ഞില്ല. നോവൽ മടക്കിവച്ച് ശാരദയെ നോക്കിയപ്പോൾ അവൾ തറയിൽ വിരിവിരിച്ച് ഉറങ്ങിക്കഴിഞ്ഞിരിക്കുന്നു. രണ്ടുപേർക്കും കൂടി കട്ടിലിൽ കിടക്കുവാൻ നന്നേ ബുദ്ധിമുട്ടാണ്. ഇത്തരത്തിലുള്ള സന്ദർഭങ്ങളിൽ കഷ്ടപ്പാടുകൾ വിളമ്പാതെ അതിനെ സമർത്ഥമായി പരിഹരിക്കുവാനും അവൾക്കറിയാം. തറയിൽ കിടന്നാൽ തനിക്ക് പിറ്റേന്ന് മേലും കയ്യും വേദന കൂടുമെന്ന് അവൾ ദീർഘവീക്ഷണത്തോടെ കണ്ടെത്തി പ്രശ്നം പരിഹരിച്ചിരിക്കുന്നു.

ഉറങ്ങാനായി കിടക്കവിരി തട്ടിക്കുടഞ്ഞ് കിടക്ക ഒന്ന് നേരെയാക്കുന്നതിനിടയിൽ കിടക്കയുടെ അടിയിൽ നിന്ന് എന്തോ ഒന്ന് നിലത്തു വീണു. ഒരു നിറം മങ്ങിയ ഡയറി തന്റെ കാൽച്ചുവട്ടിൽ കിടക്കുന്നു. വിരി വൃത്തിയാക്കി വിരിച്ചശേഷം കസേരയിൽ വന്നിരുന്ന് ഡയറി തുറന്നു.

'പ്രണയിനി മൃണാളിനിയുടെ സ്വപ്നസാക്ഷാത്കാരം' എന്ന പേരിലുള്ള 'എന്റെ കഥ'യിലേക്ക് താങ്കൾക്ക് സ്വാഗതം.

കഥയിലൂടെ ഔത്സുക്യത്തോടെ കണ്ണോടിച്ചു. ഗ്രാമത്തിലുള്ള മൃണാളിനിയുടെ ജീവിതം... സുന്ദരിയായ അവൾക്ക് തുടരെത്തുടരെ വരുന്ന വിവാഹാലോചനകൾ... ഓരോന്നോരോന്നായി തള്ളി മാറ്റുന്ന മൃണാളിനിയുടെ വിവാഹം ഒടുവിൽ വീട്ടുകാർ നിർബന്ധിച്ച് കഴിപ്പിക്കുന്ന ഘട്ടം.

വിവാഹത്തലേന്ന് അവൾ അടുത്ത സുഹൃത്തായ അഞ്ജുദേവിയോട് എല്ലാം തുറന്നു പറയുകയാണ്. മൃണാളിനിയും രഘുവും തമ്മിലുള്ള ദൃഢമായ പ്രണയത്തിന്റെ ചുരുളഴിയുകയാണ്. രഘുവല്ലാത്ത ഒരു പുരുഷന് മനസ്സും ശരീരവും കാഴ്ചവെയ്ക്കുവാൻ മൃണാളിനിക്ക് കഴിയുകയില്ല. അവൾ അത്രകണ്ട് ആരാധിക്കുന്ന, സ്നേഹിക്കുന്ന വീരനായകനാണ് രഘു.

രഘുവിന്റേത് കൂട്ടുകുടുംബമാണ്. രഘുവിന്റെ മൂന്ന് ചേച്ചിമാർ, അമ്മ, അച്ഛൻ, അച്ഛമ്മ എല്ലാവരും അടങ്ങിയ കുടുംബത്തിലെ ഏക അത്താണിയാണ് രഘു. ദാരിദ്ര്യത്തിന് ശമനമില്ല. രഘുവിനു കിട്ടുന്ന പണം കൊണ്ട് ആ വീട്ടിൽ എല്ലാവർക്കും കഷ്ടിച്ച് വിശപ്പകറ്റാം എന്നു മാത്രം.

മാറ്റിയുടുക്കുവാനുള്ള വസ്ത്രത്തിനുപോലും പെടാപാടുപെടുന്ന പെങ്ങന്മാർ. അച്ഛമ്മയുടെ ഭാഷയിൽ പറഞ്ഞാൽ മൂന്നുപേരും പുര നിറഞ്ഞു നിൽക്കുന്നു. ഈ ഒരു അവസ്ഥയിൽ രഘുവിന്റെ വിവാഹം അസാധ്യം.

രഘു മൃണാളിനിയെ ഉപദേശിച്ചു നോക്കി. നല്ല വിവാഹജീവിതവുമായി മുന്നോട്ടുപോകാൻ... പക്ഷേ, അവൾ തയ്യാറായില്ല. ഒരു ദിവസത്തേക്കു മാത്രം രഘുവിന്റേതായിത്തീർന്നാൽ പിന്നീട് രഘു പറയുന്നപോലെ പ്രവർത്തിക്കാം എന്ന നിലപാടിൽ രഘുവും മൃണാളിനിയും എത്തിച്ചേരുന്നു. മൃണാളിനി സുഹൃത്തായ അഞ്ജുവിനോട് എല്ലാം തുറന്ന് പറഞ്ഞ് കല്യാണത്തലേന്ന് രാത്രി രഘുവിനോടൊപ്പം ഊട്ടിയിലേക്ക് യാത്ര തിരിക്കുന്നു.

ചന്ദ്രൻനായരുടെ വായനയുടെ ഒരു ഘട്ടത്തിൽ ശാരദ ഉണർന്നു.

"എന്താ ചന്ദ്രേട്ടാ, നിങ്ങൾ കിടന്നുറങ്ങാത്തത്? നമുക്ക് നാളെ ഊട്ടി കാണാൻ പോകണ്ടേ?"

ചന്ദ്രൻനായർ മൗനം പാലിച്ചു. ചന്ദ്രൻനായരുടെ മിഴികളിൽ മങ്ങിയ ഒരു ചിത്രം രൂപം പ്രാപിച്ചു വരികയാണ്.

ശാരദയെ വിവാഹം ചെയ്യുന്നതിനു മുൻപ് തന്നെ സ്നേഹിച്ചിരുന്ന ഇന്ദുമതി... അവളുടെ സൗന്ദര്യം ഭൂമിയിലുള്ള ഒരു സ്വർഗ്ഗത്തിലും കാണുവാൻ കഴിയില്ല. വീട്ടിലെ ദാരിദ്ര്യം വിവാഹത്തിനെതിരായി നിന്നു. ചേച്ചിയേയും അനിയത്തിയേയും കെട്ടിച്ചയയ്ക്കണം. ഒപ്പം ജീവിതം മുന്നോട്ടുകൊണ്ടുപോകണം. അവളുടെ വിവാഹാഭ്യർഥന തള്ളിക്കളയേണ്ടി വന്നു. തന്റെ പ്രതിബന്ധങ്ങൾ മനസ്സിലാക്കി ഒരു രാത്രി മാത്രം തന്നോടൊപ്പം കഴിയാൻ ആഗ്രഹം പ്രകടിപ്പിച്ച അവൾ... ആ ഏകാന്തസുന്ദരമായ രാത്രിയിൽ വികാര തരളിതയായി അവൾ മൊഴിഞ്ഞു.

ഈ ഒരു രാത്രിയ്ക്കുവേണ്ടി ചന്ദ്രേട്ടന്റേതായിത്തീരുവാൻ എത്ര കാലം തപസ്സിരിക്കുവാനും അവൾ തയ്യാറായിരുന്നുവെന്ന്. ആ രാത്രിയ്ക്കുശേഷം പിന്നീട് അവളെ കണ്ടിട്ടില്ല.

ആ നഷ്ടസൗഭാഗ്യത്തെക്കുറിച്ചോർത്ത് ഒരുപാടുകാലം കഴിച്ചുകൂട്ടി. ഒടുവിൽ മധ്യവയസ്കനായപ്പോൾ വീട്ടുകാരുടെ നിർബന്ധത്തിനുവഴങ്ങി അമ്മാവന്റെ മകൾ ശാരദയെ വിവാഹം ചെയ്തു. ഇന്ദുമതിയുമായുള്ള തന്റെ പ്രണയം നന്നായറിയാവുന്നവളായിരുന്നു ശാരദ. എന്നിട്ടും അവൾ തന്റെ ജീവിതസഖിയായി. ആ ദാമ്പത്യത്തിൽ ഒരു കുഞ്ഞിക്കാല് കാണുവാനുള്ള ഭാഗ്യം ഉണ്ടായില്ലെങ്കിലും ശാരദ സ്നേഹമയിയായ ഒരു ഭാര്യയായി. തന്റെ ജീവിതം വീണ്ടും പുഷ്പിച്ചു. നിറങ്ങൾ തേനുൾത്തിങ്ങി.

ഇന്ദുമതിക്ക് സംഭവിച്ചത് എന്തെന്നറിയില്ല. അവളുടെ ജീവിതവും മൃണാളിനിയുടേതും താരതമ്യപ്പെടുത്തുമ്പോൾ...

വീണ്ടും ഡയറിയിലേക്ക് ആഴ്ന്നിറങ്ങി ചന്ദ്രൻനായർ തന്റെ ആകാംക്ഷയെ പൂർത്തീകരിക്കുവാനുള്ള ശ്രമം തുടർന്നു.

ഊട്ടിയിലെത്തിയ മൃണാളിനി രഘുവിന്റേതായിക്കഴിഞ്ഞു. സ്വർഗ്ഗസുരഭിലനിമിഷങ്ങൾ പങ്കുവെച്ച് മൃണാളിനി മൊഴിഞ്ഞു.

ഈ ഒരു രാത്രിയ്ക്കുവേണ്ടി... രഘുവേട്ടന്റേതായിത്തീരുവാൻ എത്രകാലം തപസ്സിരിക്കാനും അവൾ തയ്യാറായിരുന്നുവെന്ന്.

ചന്ദ്രൻനായരുടെ കണ്ണുകളിൽ മിഴിനീർ നിറഞ്ഞ് വായനയ്ക്ക് ഒരു മങ്ങൽ അനുഭവപ്പെട്ടു.

മുണ്ടിന്റെ തലകൊണ്ട് കൺതുടച്ച് വീണ്ടും കണ്ണട ശരിയാക്കി വായന തുടർന്നു.

ഇന്ന് ഞാൻ പോവുകയാണ്... പൂർണമായും ഞാൻ രഘുവിന്റേതു മാത്രമാണ്. ആ ഓർമ്മകളുമായി ഇന്ന് വൈകുന്നേരംവരെ വഴിയറിയാത്ത... നിഴലുകൾ തിരിച്ചറിയാത്ത... ഈ നഗരത്തിൽ. രാത്രി പതിനൊന്നു മണിയ്ക്കുശേഷം ഊട്ടി നഗരം മന്ദഗതി പ്രാപിക്കുമ്പോൾ ആത്മഹത്യാമുനമ്പിൽ നിന്ന് താഴേയ്ക്ക്... താഴേയ്ക്ക്.

അമ്മ ഇന്ദുമതിയുടെ ജീവിതമാവില്ല എന്റേത്... ഞാൻ രഘുവേട്ടന്റേതു മാത്രം. ചന്ദ്രൻ എന്നയാളെ അമ്മ സ്നേഹിച്ചിരുന്നത്രെ... ഒന്നായതുമാണ്. അതിൽ രൂപംകൊണ്ട വിത്ത്... അറിഞ്ഞിട്ടും അമ്മ വേറൊരാൾക്ക് കഴുത്തുനീട്ടി. രണ്ടാനച്ഛൻ വേറൊരുത്തന്റെ ബീജത്തിന്റെ ഉത്തരവാദിത്തം ചുമക്കില്ലെന്ന് അറിയാൻ വൈകിപ്പോയി അമ്മ... ദുരിതവും ദുഃഖവും പേറി തന്നെ വളർത്തി. കരഞ്ഞു കരഞ്ഞു കണ്ണുനീർവറ്റി. ഒടുവിൽ അയാളുടെ തൊഴിയേറ്റ്...

അത്തരമൊരു ദുരന്തം തനിക്കാവില്ല. അയാൾ... അമ്മയുടെ ഭർത്താവ് തന്നെ വലിയ കാശിന് വിൽക്കും. ചുവന്ന തെരുവുകളിൽ ഞാൻ ജീവച്ഛവമായി... വയ്യ. ആത്മഹത്യാമുനമ്പ്... എല്ലാ ദുഃഖങ്ങളുടെയും അവസാനകണ്ണി... രഘുവേട്ടാ മാപ്പ്... ഇനിയൊരു ജന്മമുണ്ടെങ്കിൽ നമുക്കൊരുമിക്കാം. അന്ന് താങ്കളുടെ ജീവിതത്തിന്റെ ഭാഗമാകാം. ഞാൻ പോകുന്നു.

ചന്ദ്രൻനായരുടെ കൈകളിലിരുന്ന ഡയറി വിറച്ചു വിറച്ച് താഴെ വീണു. പരവേശം കൊണ്ട് ഒരു പാത്രം വെള്ളം കുടിച്ചു.

ഡയറി ഒന്നുകൂടി നോക്കി. തിയ്യതി കുറിച്ച പ്രകാരം ഇന്ന് രാവിലെ എഴുതിയത്. കയ്യിലെ വാച്ചിലേക്കയാൾ സമയം നോക്കി. ഒന്നും കാണുന്നില്ല. ചുമരിൽ തൂക്കിയിട്ട ചെറിയ ക്ലോക്കിലെ സൂചികൾ ചലിക്കുന്നുണ്ട്. സമയം രാത്രി പതിനൊന്നാവുന്നു.

അയാൾ വാതിൽ തള്ളിത്തുറന്ന് ഇറങ്ങിയോടി. താഴെ നിൽക്കുന്ന ഒരു വണ്ടിയിൽ വണ്ടിക്കാരൻ കൂർക്കം വലിച്ചുറങ്ങുന്നു. അയാളെ തട്ടിയുണർത്തി.

ഉറക്കെ വിളിച്ചു പറഞ്ഞു.

"ആത്മഹത്യാമുനമ്പ്".

വണ്ടിക്കാരൻ അയാളെ സംശയത്തോടെ വീക്ഷിച്ചു. ചന്ദ്രൻ നായരുടെ ക്ഷമ നശിച്ചു. അയാൾ വണ്ടിയിൽ കയറിയിരുന്ന് കഴിഞ്ഞിരുന്നു.

വണ്ടിക്കാരൻ പിന്നൊന്നും നോക്കിയില്ല. തനിക്ക് അവിടെയെത്തിച്ചാൽ പണം കിട്ടിയാൽ പോരെ എന്ന ലാഘവത്തോടെ അയാൾ വണ്ടിയെടുത്തു.

പുറത്ത് മഞ്ഞുപെയ്യുന്നുണ്ട്. ചന്ദ്രൻ നായർ വിയർത്തു കുളിച്ചു. വണ്ടിയിൽ നിന്ന് ചാടിയിറങ്ങി. വണ്ടിക്കാരന് കയ്യിലുള്ള പണം നൽകി അയാൾ ആത്മഹത്യാമുനമ്പിലേക്ക് ഓടി.

ഒന്നുവട്ടം ചുറ്റി നോക്കി. ആരെയും കാണുന്നില്ല.

വീണ്ടും തിരഞ്ഞു. മുനമ്പിൽ നിന്ന് താഴേയ്ക്ക് കാൽതെന്നി വീഴാതിരിക്കുവാനുള്ള കമ്പിയിൽ പിടിച്ചോടി.

അകലെ... അകലെ... ഒരു സ്ത്രീരൂപം. തന്റെ ഇന്ദുമതിയെപ്പോലെ... രൂപത്തോട് അടുക്കുന്തോറും ഇന്ദുമതിയുടെ സ്മരണകൾ... രൂപഭാവങ്ങൾ...

"ഇവൾ.. ഇവൾ... മൃണാളിനി..."

ആത്മഗതം ഉച്ചത്തിലായോ...

സ്ത്രീ രൂപം തിരിഞ്ഞുനോക്കി.

"നിങ്ങൾ എന്താ പറഞ്ഞത്? മൃണാളിനിയെന്നോ? എന്റെ പേര് ഈ ഊട്ടി നഗരത്തിൽ നിങ്ങൾക്കെങ്ങനെ?"

ഇന്ദുമതിയുടെ അതേസ്വരം... അതേ പ്രകൃതം...

"മോളേ... എന്റെ ഇന്ദുമതിയുടെ മോൾ..." ചന്ദ്രൻനായർ തന്റെ മകളെ ഇരുകൈകൾകൊണ്ടും ആശ്ലേഷിച്ചു.

"അമ്മയുടെ ചന്ദ്രേട്ടൻ..."

മൃണാളിനി പ്രതിവചിച്ചു.

"അച്ഛൻ."

"നമുക്ക് പോകാം മോളേ." ചന്ദ്രൻനായർ പറഞ്ഞു.

"എങ്ങോട്ട്?" മൃണാളിനി ചോദിച്ചു.

"നിന്നെ കാത്തിരിക്കുന്ന അമ്മയുടെ അടുത്തേക്ക്. രഘു നിനക്കു സമ്മാനിച്ച കുഞ്ഞിനെ വളർത്തി വലുതാക്കേണ്ടെ നമുക്ക്..."

മൃണാളിനി അടിവയറിൽ തൊട്ടു. ജീവന്റെ തുടിപ്പ്. രഘുവേട്ടൻ തനിക്കു നൽകിയ മുത്ത്. അവൻ വളരട്ടെ.

മൃണാളിനിയോടൊപ്പം ചന്ദ്രൻ നായർ ലോഡ്ജ് മുറിയിൽ കയറി. ശാരദ ചിരിച്ചു മുന്നിൽ നിൽക്കുന്നു. അവരുടെ കയ്യിൽ 'ഒരു വഴിയും കുറേ നിഴലുകളും.'

~~~
~~~

കരിമുണ്ടൻ

വെയിലിന്റെ വെട്ടം പരന്നൊഴുകിയിട്ടും ചാണകക്കിളികൾ മുറ്റത്ത് 'കലപില' ശബ്ദം കൂട്ടുന്നുണ്ട്. ചാണകം മെഴുകിയ മുറ്റത്തു നിന്ന് പുഴുക്കൾ ഭക്ഷിച്ച് പറന്നു പോകുന്ന ചാണകക്കിളികളെ രാധമ്മ നുറുങ്ങരി വിതറി ഊട്ടുന്നത് പതിവുള്ളതാണ്. കരിമുണ്ടനും വെളുത്തയും തിരുവാതിരക്കാലമായാൽ മൺകുഴച്ച് പുറന്തിണ്ണ പിടിക്കാനും തറയിലെ കുണ്ടും കുഴിയും തൂർത്ത് ചാണകം തളിച്ച് ശുദ്ധി വരുത്താനും മുണ്ടയ്ക്കൽക്കളത്തിൽ അതിരാവിലെത്തന്നെ എത്തിച്ചേരും.

ദേശത്തെ അറിയപ്പെടുന്ന തറവാടായ മുണ്ടയ്ക്കൽക്കളത്തിൽ രാധമ്മയും ആങ്ങള ഗോപാലൻകുട്ടി നായരും മാത്രമേ സ്ഥിരം താമസമുള്ളു. തിണ്ണനിരങ്ങുക എന്ന ശൈലിയ്ക്ക് ഗോപാലൻകുട്ടി നായർ പ്രത്യക്ഷ ഉദാഹരണമാണ്. നിഷ്ക്രിയനായ ഗോപാലൻകുട്ടി നായർ പെങ്ങളുടെ ആക്ഷേപങ്ങളും പഴിപറച്ചിലും സഹിക്കവയ്യാതാകുമ്പോൾ മാത്രം കരിമുണ്ടന്റെ പണിയിൽ മേൽനോട്ടം വഹിക്കുകയാണെന്ന വ്യാജേന ഒന്ന് ഒത്തുചേരും. പെങ്ങളായ രാധമ്മ എത്ര അധിക്ഷേപിച്ചാലും പരിഹസിച്ചാലും ഗോപാലൻകുട്ടി നായർക്ക് എതിരഭിപ്രായമോ തർക്കമോ ഒന്നും തന്നെയില്ല. തൊഴിലൊന്നും ചെയ്യാതെ വീടുകൾ തോറും ഊരുകൾ തോറും അലഞ്ഞു നടക്കുക; അല്ലെങ്കിൽ മൗനമായി ഒരിടത്ത് ചുരുണ്ടു കൂടിയിരിക്കുക... അതാണ് അയാളുടെ ഇഷ്ടവിനോദങ്ങൾ.

കരിമുണ്ടനും വെളുത്തയും മുണ്ടയ്ക്കൽക്കളത്തിലെ സകല പണികളും ചെയ്ത് രാധമ്മയ്ക്ക് ഒരു സഹായമായി നിൽക്കുവാൻ തുടങ്ങി

യിട്ട് എത്രയോ കാലമായി. കരിമുട്ടി പോലെ കടും കറുത്ത നിറമുള്ള കരിമുണ്ടന് വെളുത്തയെ പുടമുറി ചെയ്യുവാൻ കഴിയുമെന്ന് നാട്ടുകാർ സ്വപ്നേപി കരുതിയിരുന്നതല്ല. വെളുത്ത തന്റെ പേരു സൂചിപ്പിക്കുന്നതു പോലെത്തന്നെ വെളുത്തു സുന്ദരിയായിരുന്നു. കരിമുണ്ടന്റെ ആലോചന ചെറുകൈതപ്പുറത്തെ മുരടൻ വേലായുധൻ വെളുത്തയുടെ കുടിയിൽ അവതരിപ്പിച്ചപ്പോൾ കുടിയുടെ തെക്കുഭാഗത്തിരുന്ന് പ്ലാശിന്റെ തോലുകൊണ്ട് കയറുപിരിക്കുകയായിരുന്ന വെളുത്ത നാണിച്ച് അവിടെ നിന്നെഴുന്നേറ്റ് മുണ്ടയ്ക്കൽക്കളത്തിലെ രാധേമ്പ്രാട്ടിയുടെ അടുത്തേയ്ക്ക് വെച്ചുപിടിച്ചത്രെ. വെളുത്തയുടെ പ്രകടനങ്ങളിൽ നിന്ന് എന്തോ മണത്തറിഞ്ഞ രാധമ്മ തിരുവാതിരയ്ക്ക് ചോഴി വരുമ്പോൾ 'കാലൻ' കെട്ടുന്ന വെളുത്തയുടെ അപ്പനെ തറവാട്ടിലേക്ക് വിളിപ്പിച്ച് കാര്യം ചോദിച്ചപ്പോഴാണ് പെണ്ണിന്റെ കിണുങ്ങലിന്റെ സംഗതി പിടികിട്ടിയത്.

ഏത് വിഭാഗത്തിൽ പെട്ടവരായാലും പെണ്ണിന്റെ സമ്മതമില്ലാതെ നടത്തുന്ന കല്യാണത്തിനോട് രാധമ്മയ്ക്ക് ഒട്ടും താല്പര്യമുണ്ടായിരുന്നില്ല. അതുകൊണ്ടുതന്നെയാണ് കരിമുണ്ടനെ വിവാഹം കഴിക്കുന്നതിൽ വെളുത്തയ്ക്ക് ഇഷ്ടമുണ്ടോ എന്ന കാര്യം രാധമ്മ വെളുത്തയോടുതന്നെ അന്വേഷിച്ചത്. വെളുത്ത രാധമ്മയോട് നൂറുവട്ടം സമ്മതം മൂളീത്രെ. വെളുത്തയെ കെട്ടുന്നതിനു എത്രയോ മുമ്പുതന്നെ കരിമുണ്ടൻ മുണ്ടയ്ക്കലെ സ്ഥിരം പണിക്കാരനാണ്. രാധമ്മ കരിമുണ്ടനോടും കാര്യം തിരക്കിയത്രെ. വെളുത്തയെ നിനക്കിഷ്ടമാണോ എന്ന് കരിമുണ്ടനോട് ചോദിച്ചപ്പോൾ വെളുത്തയെ കെട്ടിയാൽ താൻ പൊന്നുപോലെ നോക്കും എന്നാണത്രെ കരിമുണ്ടൻ പറഞ്ഞത്. കരിമുണ്ടനോട് ഒന്നുകൂടി ആലോചിച്ചിട്ടു പോരെ പുടമുറി എന്ന് രാധമ്മ ഊന്നിയപ്പോൾ കരിമുണ്ടൻ വെളുത്തയോട് തനിക്കുള്ള അതിരുകവിഞ്ഞ ഇഷ്ടം രാധമ്പ്രാട്ടിയെ അറിയിക്കുകയായിരുന്നത്രെ. കരിമുണ്ടന്റെ കറുത്ത ബലിഷ്ഠശരീരം കണ്ട് കരിമുണ്ടന്റേതാകുവാൻ കൊതിച്ചിരുന്ന ഒരു കാലം വെളുത്തയ്ക്കുമുണ്ടായിരുന്നത്രെ.

കല്യാണത്തിനായുള്ള മന്ത്രകോടി രാധമ്മയുടെ വകയായിരുന്നു. ഒപ്പം കന്നി, തുലാം ആദ്യത്തിൽ നട്ട് മകരത്തിൽ കൊയ്തെടുത്ത മുണ്ടകൻ നെല്ല് രണ്ട് ചാക്ക് രാധമ്മ കരിമുണ്ടനും വെളുത്തയ്ക്കും മനമറിഞ്ഞ് സമ്മാനിച്ചു.

മുണ്ടയ്ക്കൽക്കളം ആ ദേശത്തെ പ്രശസ്തമായ കൃഷിയിടങ്ങളുള്ള തറവാടുകളിലൊന്നാണ്. പടിഞ്ഞാറുവശം മുഴുവൻ വിസ്തൃതമായ

മേക്കാട് പറമ്പാണ്. പറമ്പിന്റെ മുകൾഭാഗത്തേയ്ക്ക് ഇടതൂർന്നു നിൽക്കുന്ന കുറ്റിച്ചെടികൾ ധാരാളമായി കാണാം.

കരിമ്പനകൾ ഇടതിങ്ങി നിൽക്കുന്ന മേക്കാട് പറമ്പിൽ പണിയെടുത്തിട്ടാണ് കരിമുണ്ടൻ കടും കറുപ്പായി പോയതെന്ന് വെളുത്ത കളിയാക്കും. കരിമ്പനയുടെ കാറ്റേറ്റാൽ പെട്ടെന്ന് കറുക്കുമത്രേ. അതിനാൽ മേക്കാട് പറമ്പിലെ കാടു വെട്ടിത്തെളിച്ച് ചേനക്കൃഷി നടത്തുമ്പോൾ അവിടേയ്ക്ക് കരിമുണ്ടൻ വെളുത്തയെ അടുപ്പിക്കില്ലത്രെ. കരിമ്പന കാറ്റേറ്റ് വെളുത്തയുടെ നിറം കറുത്തു പോയാലോ എന്നു കരുതിയാണെന്ന് മറ്റു പണിക്കാർ കുശുകുശുക്കും. കരിമ്പച്ച നിറത്തിൽ തഴച്ചു വളർന്ന കാട്ടുചെടികൾ വെട്ടിമാറ്റി മേക്കാട് പറമ്പിൽ കൃഷി ചെയ്യുവാൻ രാധമ്മ ഗോപാലൻകുട്ടി നായരെ ഏൽപ്പിച്ചാലും അയാൾ അതിലൊന്നും വലിയ ശ്രദ്ധ ചെലുത്തില്ലായിരുന്നു. ഉണ്ടും ഉറങ്ങിയും ജീവിക്കുക... അലസതയുടെ പര്യായമായി ഗോപാലൻകുട്ടി നായർ ജീവിച്ചു. രാധമ്മയുടെ ശ്രമങ്ങളെല്ലാം വിഫലമായി. ഗോപാലൻകുട്ടി നായരോ; കാലം കഴിച്ചു കൂട്ടി.

ഇതിനിടെ കരിമുണ്ടന്റെ പെണ്ണ് വെളുത്തയ്ക്ക് കണ്ണിലെ ഞരമ്പുകൾക്ക് ബലക്ഷയം സംഭവിച്ച് കാഴ്ചക്കുറവ് വന്നു. പല വൈദ്യൻമാരെ കാണിച്ചിട്ടും ഒരു തരത്തിലും രോഗശമനം ഉണ്ടായില്ല. വെളുത്തയ്ക്ക് പണിക്കു പോകുവാൻ പോലും പറ്റാത്ത അവസ്ഥയായി. മരുന്നുകളും മന്ത്രങ്ങളും തന്ത്രങ്ങളും എല്ലാം മാറി മാറി പരീക്ഷിച്ചിട്ടും കണ്ണിന്റെ കാഴ്ചശക്തി പൂർണമായും തിരിച്ചു കിട്ടിയില്ല. കരിമുണ്ടൻ ദു:ഖിച്ച് മുണ്ടയ്ക്കൽക്കളത്തിൽ വരുമ്പോൾ രാധമ്മ സാന്ത്വനിപ്പിക്കും. വെളുത്ത കരിമുണ്ടനെ ഊട്ടുന്നതു പോലെ രാധമ്മ ഊട്ടും. പണി കഴിഞ്ഞാൽ കരിമുണ്ടൻ, രാധമ്മയിൽ നിന്ന് കിഴക്കോറം വഴി കുണ്ടനെണ്ണപ്പാത്രത്തിൽ കടുകെണ്ണ വാങ്ങി കറുത്ത ദേഹത്തിൽ എണ്ണ തേച്ചുപിടിപ്പിക്കലുണ്ട്! ഈ പ്രവൃത്തി വെളുത്ത നോക്കിക്കാണുന്നതുപോലെ രാധമ്മ ഇഷ്ടത്തോടെ നോക്കിക്കാണും. കരിമുണ്ടനിൽ ഈ പ്രകടനങ്ങളൊന്നും ഒരു ഭാവഭേദങ്ങളും ഉണ്ടാക്കിയില്ല.

കരിമുണ്ടൻ പണികഴിഞ്ഞ് ആമ്പൽക്കുളത്തിൽ പോയി കുളിച്ച് തന്റെ കുടിയിൽ വെളുത്തയുടെ സമീപം എത്തിച്ചേരും. വെളുത്തയുടെ രോഗത്തിനുള്ള ശുശ്രൂഷകൾക്ക് ഒരു തടസ്സവും കരിമുണ്ടൻ വരുത്തിയിരുന്നില്ല. ഒടുവിൽ ഒരു വൈദ്യന്റെ നിർദേശമനുസരിച്ച് കരിമ്പനയോലയുടെ തണ്ട് വാട്ടി പിഴിഞ്ഞെടുത്ത നീര് കണ്ണിൽ രണ്ടുനേരം തുള്ളി

തുള്ളിയായി വീഴ്ത്തിക്കൊണ്ടിരുന്നു. അദ്ഭുതമെന്നു പറയട്ടെ വെളുത്ത യുടെ കാഴ്ചകൾ നിറമുള്ളതായി!

കരിമുണ്ടൻ വീണ്ടും വെളുത്തയേയും കൊണ്ട് മുണ്ടയ്ക്കൽ തറവാട്ടിൽ പണിയ്ക്കെത്തി. വെളുത്തയ്ക്കു വേണ്ടി കരിമുണ്ടൻ ചെയ്യുന്ന സഹനങ്ങൾ വളരെയേറെയാണെന്നും വെളുത്തയുടെ ഭാഗ്യമാണ് കരിമുണ്ടൻ എന്നും രാധമ്മ പറയും.

രാധമ്മയ്ക്കും ഗോപാലൻകുട്ടി നായർക്കും മാത്രം സ്വന്തം കുടുംബമില്ല. ബാക്കിയുള്ള മൂന്നു സഹോദരൻമാരും വീടും കൂടുമായി പുതിയ മേച്ചിൽപുറങ്ങളിൽ അഭയം തേടി. ഗോപാലൻകുട്ടി നായർ ചെറുപ്പത്തിലേ മടിയനായിരുന്നത്രെ. പേരുകേട്ട തറവാട്ടിലെ സമ്പത്തും സുഖസൗകര്യവും അതിനു കാരണമായിത്തീർന്നെന്ന് നാട്ടുകാർ പറയും. അയാളെക്കൊണ്ട് ഉപകാരവും ഉപദ്രവവും ഇല്ല. രാധമ്മ അനിയനെ നിർബന്ധിച്ച് വിവാഹം കഴിപ്പിച്ചെങ്കിലും ആ ബന്ധം മൂന്നു മാസമേ നിലനിന്നുള്ളു. വൈവാഹിക ജീവിതത്തോടു താല്പര്യമില്ലാത്ത ഗോപാലൻകുട്ടി നായരെ വിട്ട് പ്രതീക്ഷകളുമായി കയറി വന്നവൾ തിരിച്ചിറങ്ങിപ്പോയി.

രാധമ്മയ്ക്ക് പല വിവാഹാലോചനകളും വന്നെങ്കിലും അവർ വിവാഹത്തിനെതിരായി നിന്നു. രാധമ്മയ്ക്ക് കുട്ടിക്കാലത്ത് ഒരു കാർന്നോരിൽ നിന്നുണ്ടായ ദുരനുഭവം അവരുടെ മനസ്സിനെ തളർത്തിയിരുന്നത്രെ. ആ അനുഭവം പുരുഷവർഗ്ഗത്തോടു തന്നെയുള്ള എതിർപ്പായി രൂപാന്തരപ്പെട്ടെന്ന് തറവാട്ടിലെ മറ്റു മാന്യൻമാരും മഹതികളും പറഞ്ഞു ചിരിക്കും.

വെളുത്തയുടെ കല്യാണം കഴിഞ്ഞ ആദ്യനാളുകളിൽ വെളുത്തയോട് രാധമ്മ പറയുമായിരുന്നത്രെ... നിന്റെ കരിമുണ്ടനെപ്പോലെ കരുത്തനും വിശ്വാസയോഗ്യനുമായ ഒരുത്തനെ കണ്ടുകിട്ടിയില്ല എന്ന്... അതാണ് വിവാഹം കഴിക്കാതിരുന്നതെന്ന്.

കരിമുണ്ടൻ രാധമ്മ പറയുന്നതിനപ്പുറം അണുവിട വ്യതിചലിക്കില്ല. അതുകൊണ്ടുതന്നെ രാധമ്മയ്ക്ക് കരിമുണ്ടനെ വലിയ സ്നേഹവുമായിരുന്നു.

ഗോപാലൻകുട്ടി നായർക്ക് ഇടയ്ക്ക് മറു ഗ്രാമങ്ങളിൽ അലഞ്ഞു നടക്കുന്ന ഒരു സമ്പ്രദായമുണ്ട്. ആ സമയത്ത് രാധമ്മയ്ക്ക് രാത്രി കാവൽ കിടക്കുന്നതുപോലും കരിമുണ്ടനായിരുന്നുവത്രെ. വെളുത്തയെ

കല്യാണം കഴിച്ചശേഷം രാത്രികളിൽ രാധമ്മയ്ക്ക് കാവൽ കിടക്കേണ്ടിവരുമ്പോൾ പുറത്തെ കൊട്ടിലിൽ കരിമുണ്ടനോടൊപ്പം വെളുത്തയും ഉണ്ടാകും.

രാധമ്മയ്ക്ക് ഇഷ്ടമുള്ള പനംകൂമ്പ് ചുട്ടെടുത്തു കൊടുത്ത് കരിമുണ്ടനും വെളുത്തയും രാധമ്മയെ സന്തോഷിപ്പിക്കും. എമ്പ്രാട്ടി മംഗലം കഴിക്കാത്തതിൽ കരിമുണ്ടനും വെളുത്തയ്ക്കും ദു:ഖമുണ്ട്.

രണ്ടു മൂന്നു ദിവസമായി ഗോപാലൻകുട്ടി നായർ ഊരുതെണ്ടാൻ പോയിരിക്കുകയാണ്. കരിമുണ്ടനും വെളുത്തയും തറവാട്ടിലെ കൊട്ടിലിൽ താമസമാക്കി. ഒരു ദിവസം രാത്രി കൊട്ടിലിന്റെ വാതിൽ പാളിയിൽ മുട്ടുന്നതു കേട്ട് കരിമുണ്ടൻ വാതിൽ തുറന്നപ്പോൾ രാധമ്മയാണ്. തനിക്ക് തറവാട്ടിനുള്ളിൽ ഒറ്റയ്ക്ക് കിടക്കാൻ പേടിയുണ്ടെന്നും പടിഞ്ഞാറ്റയിൽ കയറിക്കിടക്കാനും രാധമ്മ കരിമുണ്ടനോടു ആവശ്യപ്പെട്ടത്രെ. കരിമുണ്ടൻ നോക്കുമ്പോൾ വെളുത്ത ഗാഢനിദ്രയിലാണ്. വെളുത്തയെ ബുദ്ധിമുട്ടിക്കേണ്ടെന്നു കരുതി കൊട്ടിലിന്റെ ഇളകിയ വാതിൽപാളി ചാരിവെച്ച് പടിഞ്ഞാറ്റപ്പുരയിൽ കയറിക്കിടന്ന കരിമുണ്ടൻ ഉറക്കത്തിൽ ആരുടേയോ കരസ്പർശമേറ്റ് ഞെട്ടിയെഴുന്നേറ്റു. കത്തിച്ചുവെച്ച വിളക്കിന്റെ പ്രഭയിൽ രാധമ്മയെ കണ്ടു.

“എമ്പ്രാട്ടി കിടന്നില്ലേ?” ചോദ്യം രാധമ്മ കേട്ടില്ല.

കരിമുണ്ടന്റെ കറുത്തു കുറുകിയ ബലമേറിയ ശരീരം രാധമ്മ തൊട്ടു. മകരമാസത്തിലെ മഞ്ഞുപെയ്യുന്ന തണുപ്പിൽ കരിമുണ്ടന്റെ കറുത്ത കരിമ്പടത്തിനുള്ളിലേക്ക് രാധമ്മ കയറിക്കൂടിയപ്പോൾ കരിമുണ്ടന്റെ ദേഹം മരം കോച്ചും തണുപ്പിലും ചുട്ടുപൊള്ളി... വിങ്ങി വിയർത്തു.

നന്നേ പുലർച്ചെ കരിമുണ്ടൻ കൊട്ടിലിന്റെ പാളി തുറന്നു. വെളുത്തയുടെ കാലിൽ വീണ് മാപ്പിരന്നു. കരിമുണ്ടന്റെ ദേഹം ആ മരം കോച്ചും തണുപ്പിലും ചുട്ടുപൊള്ളി... വിങ്ങി വിയർത്തു.

~~~
~~~

കുംഭാരൻ

മാണിക്യത്തെ തറവാടിനപ്പുറം തുറസ്സായ സ്ഥലത്ത് പടല്ക്കാട് പടർന്നു നിറഞ്ഞിരിക്കുന്നുണ്ട്. പടർപ്പു നിറഞ്ഞ കാടിനോടു ചേർന്ന് കുശവക്കുടിലുകൾ ധാരാളമായിക്കാണാം. മൺപാത്രങ്ങൾ പണി ചെയ്ത് മെനഞ്ഞെടുക്കുന്ന കുംഭാരൻമാർ വെള്ളിയാഴ്ചകളിൽ പ്രദേശത്തുള്ള തറവാടുകളിൽ കയറിയിറങ്ങി മൺകലങ്ങൾ വിൽക്കുക പതിവായിരുന്നു. നല്ല പതമുള്ള കുശമണ്ണ് എന്നറിയപ്പെടുന്ന പ്രത്യേകതരം കളിമണ്ണുപയോഗിച്ചാണ് കുംഭാരൻമാർ മൺശാലകളിൽ കലങ്ങൾ നിർമ്മിച്ചെടുക്കുന്നത്.

കുശവൻ നഞ്ചോടനും കുശവി പൊന്നിയും പണിയുന്ന കലങ്ങൾക്കാണ് ചന്തകളിലും വീടുകളിലും വിൽപ്പന കൂടുതലുള്ളത്. മാണിക്യത്തെ കരുണാകരമേനോന്റെ ഭാര്യ തങ്കമണിതമ്പ്രാട്ടി നഞ്ചോടനേയും പൊന്നിയേയും മാത്രമേ തറവാട്ടിലേക്ക് അടുപ്പിക്കുക തന്നെയുള്ളു. നാട്ടിലെ തറവാട്ടുകാരാരും തന്നെ കുംഭാരക്കുടിലുകൾ നിരന്നു നിൽക്കുന്ന ഇട്ട്ള് വഴി സഞ്ചരിക്കാറില്ല. ശിവപ്രതിഷ്ഠയുള്ള കാട്ടമ്പലത്തിലേക്ക് ഈ കുശവക്കുടിലുകൾ ചേർന്നുള്ള ഊടുവഴിയിലൂടെ എളുപ്പവഴിയുണ്ട്. വളരെവേഗത്തിൽ കാട്ടമ്പലത്തിൽ എത്തിപ്പെടാമെങ്കിലും തറവാട്ടുകാർ ഈ വഴി പോകാതെ പൂതംകോട് വളഞ്ഞുചുറ്റി കാട്ടമ്പലത്തിൽ എത്തിച്ചേരും.

കുശവക്കുടിലുകളിലെ ഉപജീവനമാർഗം തന്നെ മൺകുടം ഉണ്ടാക്കി വിറ്റുകിട്ടുന്ന ലാഭമാണ്. പ്രദേശത്തെ പല തറവാടുകളും സാധാരണക്കാരും കൂലിപ്പണിക്കാരും കുംഭാരന്മാരിൽ നിന്ന് നേരിട്ട് മൺകലങ്ങൾ വാങ്ങുന്നതിനാൽ, കോങ്ങാട് ചന്തയിൽ മൺകലങ്ങളുടെ കച്ചവടം നടക്കുന്നത് തൊട്ടപ്പുറത്തുള്ള ചെറായ, മാഞ്ചേരിക്കാവ്, പെരുങ്ങോട് എന്നീ ഗ്രാമപ്രദേശങ്ങളിലെ ജനങ്ങൾ മേടിക്കുമ്പോഴാണ്.

കുട്ടിനാത്തെ തറവാട്ടിലെ പുഷ്പവല്ലിയുടെ കോങ്കണ്ണുള്ള ഭർത്താവ് ഈ പടല്ക്കാട് വഴി കാട്ടമ്പലത്തിലേക്ക് പോകുമ്പോൾ കുംഭശാലയിൽ കയറിയിറങ്ങുന്നത് സ്ഥിരം പതിവായിരുന്നു. മടക്കയാത്രയിൽ ചിലപ്പോൾ ഒന്നു രണ്ടു കലം വാങ്ങിയായിരിക്കും കുട്ടിനാത്ത് തിരിച്ചെത്തുക. കുശവക്കുടിയിൽ ഭർത്താവ് കയറിയിറങ്ങുന്നത് പുഷ്പവല്ലിയ്ക്ക് തീരെ രുചിച്ചിരുന്നില്ല. ക്ഷേത്ര സന്ദർശനങ്ങൾ കഴിഞ്ഞ് ഇത്തരക്കാരുടെ കുടിയിൽ കയറി മാന്യത കളയരുതെന്ന് സുധാകരൻ തമ്പ്രാനോട് പുഷ്പവല്ലി പല പ്രാവശ്യം പറഞ്ഞിട്ടുണ്ട്. പുഷ്പവല്ലിയുടെയും സുധാകരൻ തമ്പ്രാന്റെയും ദാമ്പത്യത്തിൽ പിറന്ന മകൾ ഹരിപ്രിയയ്ക്ക് കോങ്കണ്ണില്ലാത്തത് ഭാഗ്യായി എന്ന് തറവാട്ടിലുള്ളവർ പറയും. കാരണം കുട്ടിനാത്തെ പുഷ്പവല്ലിയ്ക്കും ചെറിയൊരു മറികണ്ണുണ്ടായിരുന്നു. 'കോങ്കണ്ണനു ചീങ്കണ്ണി, ചീങ്കണ്ണനു കോങ്കണ്ണി' എന്ന് നാട്ടുകാർ പറയും.

സുധാകരൻ തമ്പ്രാൻ ഇടയ്ക്കും തലയ്ക്കും കലം ഉണ്ടാക്കുന്നിടത്ത് കയറിയിറങ്ങുന്നത് നഞ്ചോടനും പൊന്നിക്കും വലിയ ഇഷ്ടമുള്ള കാര്യമായിരുന്നില്ല. കലം വേണേൽ തമ്പ്രാൻ പറഞ്ഞാൽ തറവാട്ടിൽ കൊണ്ടുവന്നു തരാം എന്നാണവരുടെ നിലപാട്. കോങ്കണ്ണന്റെ നോട്ടം ശരിയല്ലെന്ന് തറവാട്ടുകാരും നാട്ടുകാരും ഒന്നടങ്കം പറയും. തമ്പ്രാന്റെ നിൽപ്പും ഭാവവും ആർക്കും ഹിതമായെന്നു വരില്ല. സ്ത്രീകളോട് കുശലപ്രശ്നം ചെയ്യുന്നതിൽ തല്പരനായിരുന്നതിനാൽ ആ കാര്യത്തിൽ ഒട്ടും വിശ്വസിക്കുവാൻ കൊള്ളാത്തവനാണെന്നാണ് ജനപക്ഷം.

നാട്ടിലെ പ്രസിദ്ധ കുടുംബമായ കോഴിശ്ശേരിക്കളത്തിൽ കാർന്നോരെ സന്ദർശിക്കുകയെന്ന തരത്തിൽ സുധാകരൻ തമ്പ്രാനെത്തിയാൽ കാർന്നോത്തി നാരായണിയമ്മ തറവാട്ടിലെ പെൺകുട്ടികളെ ചീത്ത പറഞ്ഞ് തളത്തിലെത്തിക്കും. സുധാകരൻ തമ്പ്രാൻ പടിയിറങ്ങിപ്പോകുന്നതുവരെ പുറത്തിറങ്ങിപ്പോകരുതെന്ന താക്കീതും നൽകും. നാരായണിയമ്മ കുശലതയോടെ സംസാരിച്ച് തമ്പ്രാനെ തിരിച്ചയയ്ക്കും.

കുട്ടിനാത്തെ തറവാട്ടിലെ ആൺപ്രജകളുടെ മുടിവെട്ടി ക്ഷൗരം ചെയ്യാൻ ക്ഷുരകൻ മായൻ പലപ്പോഴും ഒറ്റയ്ക്കാണ് എത്താറുള്ളത്. മറ്റു തറവാടുകളിൽ സഹായത്തിനായി മകൾ ലീലയേയും ഒപ്പം കൂട്ടും. മറികണ്ണുള്ള സുധാകരൻ തമ്പ്രാന്റെ കണ്ണിൽ പെട്ടാൽ സ്ത്രീകൾ കഷ്ടത്തിലാകുമെന്ന് മായൻ എല്ലാവരോടും പറയുന്നതു കേൾക്കാം. സുധാകരൻ തമ്പ്രാന്റെ കൺവിളയാട്ടത്തിൽ കുറേ പെൺകുട്ടികൾ കുരുങ്ങി നശിച്ചെന്നും അയാൾ കൂട്ടിച്ചേർക്കും.

നഞ്ചോടനും പൊന്നിയും മാണിക്യത്ത് പോകുമ്പോൾ തങ്കമണി തമ്പ്രാട്ടിയോട് സുധാകരൻ തമ്പ്രാന്റെ സഹിക്കവയ്യാത്ത ശല്യം പറയും. സൂക്ഷിക്കണം അയാളെ... എപ്പോഴാ നിറം മാറാന്ന് പറയാൻ കഴിയില്ല... എന്നൊക്കെ തങ്കമണി തമ്പ്രാട്ടിയും പറയും. തങ്കമണി തമ്പ്രാട്ടിയുടെ മകൾ മാതംഗിക്കുട്ടി അയാൾടെ കണ്ണിൽ പെടാതെ കാത്തോളണേ തമ്പ്രാട്ടീന്ന് പൊന്നിയും പ്രതിവചിക്കും. സുധാകരൻതമ്പ്രാന് പലപ്പോഴും പല സ്വഭാവവൈകൃതങ്ങളും ഉണ്ടായത് നേരിൽ കണ്ടിട്ടുണ്ടെന്ന് ക്ഷുരകൻ മായൻ തങ്കമണി തമ്പ്രാട്ടിയോടും പറയാറുണ്ട്. തങ്കമണി തമ്പ്രാട്ടിയുടെ മകൾ മാതംഗിയും പൊന്നിയുടെയും നഞ്ചോടന്റെയും മകൾ ചക്കിയും സമപ്രായക്കാരായതിനാൽ മാതംഗി കുറച്ചുപയോഗിച്ച് കേടുവരാത്ത വേഷങ്ങളെല്ലാം തന്നെ തമ്പ്രാട്ടി ചക്കിയ്ക്ക് കൊടുക്കും.

കാട്ടമ്പലത്തിലെ ഉത്സവം ജാതിഭേദമെന്യേ ആബാലവൃദ്ധം ജനങ്ങളും ആഘോഷിക്കും. അന്ന് കുംഭാരക്കുടിയിലും അമ്പലത്തിന്റെ വഴിയോരത്തുമൊക്കെയായി കുശവൻമാരുടെ മൺപാത്ര

ങ്ങൾ നിരന്നിരിക്കും. കാട്ടമ്പലത്തിലെ ഉത്സവകാലം കുംഭാരക്കുടിയിൽ പട്ടിണിയില്ലാത്ത കാലമാണ്.

പാറക്കോട്ടിലിൽ നിന്ന് തുടങ്ങി അണിയത്ത് വീടിന്റെ പടിപ്പുര വരെ നിരനിരയായി മനോഹരമായ മൺപാത്രങ്ങൾ നിരത്തി ജീവിക്കുവാനുള്ള ചില്ലിക്കാശ് ഉണ്ടാക്കുന്ന പത്തിരുപത്തിയഞ്ച് കുശവകുടുംബങ്ങൾ. കുംഭാരവർഗ്ഗത്തിൽ പെട്ടതിനാൽ മാത്രം പഠിപ്പു നിർത്തി ചക്കിയും അപ്പനമ്മമാരുടെ തൊഴിൽ തുടരുന്നു.

നഞ്ചോടനും പൊന്നിയും കാട്ടമ്പലത്തിലെ ഉത്സവ സമാപന ദിവസം പാടുപെട്ടുണ്ടാക്കിയ കലങ്ങൾ വിറ്റഴിക്കുകയാണ്. ശിവ ഭക്തരായ നഞ്ചോടനും പൊന്നിയും കാട്ടമ്പലത്തിലെ ശിവഭഗവാൻ തങ്ങളെ കാത്തോളും എന്ന് ഉറച്ചു വിശ്വസിക്കുന്നവരുമാണ്. ഉത്സവം അവസാനിക്കുന്ന ദിവസം ഏകദേശം ഉത്സവത്തിന്റെ ഒടുക്കമായപ്പോൾ ചക്കി കാട്ടമ്പലത്തിൽ തൊഴുതു വന്നു.

നേരം സന്ധ്യയോടടുക്കുന്നു. എങ്കിലും ഉത്സവകാലത്തുള്ള കച്ചവടം മുടങ്ങരുതെന്നു കരുതി ചക്കി യക്കിക്കാവിലെ ഉത്സവത്തോടനുബന്ധിച്ച് വിൽക്കുവാനുള്ള മൺപാത്രനിർമ്മാണത്തിലേർപ്പെട്ടിരിക്കുകയാണ്. കുംഭശാലയിൽ ആരുടെയോ കാൽപെരുമാറ്റം കേട്ട് ചക്കി തിരിഞ്ഞു നോക്കി. സുധാകരൻ തമ്പ്രാൻ... കോങ്കണ്ണനായതിനാൽ അയാളുടെ തുടർന്നുള്ള പ്രവർത്തനങ്ങൾ മുഖത്തു നിന്നറിയുവാൻ പ്രയാസമാണ്. നഞ്ചോടനും പൊന്നിയും കുടിലിലില്ലെന്നു പറഞ്ഞിട്ടും അയാൾ പോകുന്നില്ല. ചക്കിയുടെ പാത്രനിർമ്മാണം നോക്കി സമയം ചെലവഴിച്ചു നിന്നു. സഹികെട്ട് കുംഭശാലയിലെ പണി നിർത്തി ചക്കി അടുത്തു തന്നെയുള്ള കുടിയിലേക്കു പോയി. അപ്പോഴും കുംഭശാലയിൽ തന്നെയിരുന്ന് മറികണ്ണൻ സുധാകരൻ ശിവസ്തുതിയാലപിച്ചു.

ഉത്സവചന്തയിൽ നിന്ന് മകൾ ഹരിപ്രിയയ്ക്ക് മാല വാങ്ങുമ്പോൾ ചക്കിക്കും കൂടി വാങ്ങിയ മാല കൊടുക്കുവാൻ മറന്നു പോയതിൽ ഖേദിച്ച് തമ്പ്രാൻ കുറച്ചുനേരം കൂടി ശിവകീർത്തനംപാടി അവിടെ

യിരുന്നു. വഴിയിൽ നിന്ന് പൊന്നിയുടെ കയ്യിൽ മാല കൊടുക്കാമെന്നു കരുതിയിരിക്കുമ്പോഴാണ് നഞ്ചോടന്റെ കുടിയിൽ നിന്ന് ചക്കിയുടെ നിലവിളി കേട്ടത്. കോങ്കണ്ണൻ ഓടി കുടിയുടെ മുന്നിലെത്തിയപ്പോൾ കുടിയുടെ പൊളിഞ്ഞ വാതിൽ മലർക്കെ തുറന്നിരിക്കുന്നു. അകത്തു കടന്നപ്പോൾ കണ്ട കാഴ്ച അയാളുടെ കോങ്കണ്ണിന് ഉൾക്കൊള്ളാൻ കഴിഞ്ഞില്ല. തന്റെ മകളുടെ പ്രായമുള്ള ചക്കിയുടെ സുരക്ഷ ഉറപ്പു വരുത്തേണ്ടത് കോങ്കണ്ണന്റെ അപ്പോഴത്തെ കടമയായിരുന്നു. അതുകൊണ്ടുതന്നെ കലം ചൂടാക്കുവാൻ വേണ്ടി കുടിയുടെ പുറത്ത് കത്തിക്കൊണ്ടിരിക്കുന്ന തീക്കൊള്ളി ആ മറി കണ്ണിൽ പെട്ടു. ആ തീക്കൊള്ളി വലിച്ചെടുത്ത് ചക്കിയുടെ ചാരിത്ര്യം കവരുവാൻ ശ്രമിക്കുന്ന മാന്യനെ പൊതിരെ തല്ലി. മാന്യന്റെ ദേഹത്തെ കുപ്പായം കത്തിപ്പിടിച്ചപ്പോൾ പൊള്ളൽ സഹിക്കുവാൻ കഴിയാതെ അയാൾ പുറത്തേക്ക് ചാടി. തീ പൊള്ളലേറ്റ് അലറുന്ന ക്ഷുരകൻ മായനെ നാട്ടുകാരായ നാട്ടുകാരൊക്കെ ഭീതിയോടെ നോക്കിക്കാണുകയായിരുന്നു.

~~~
~~~

കന്നൽക്കാർവേണിയാൾ

ചൊക്കത്തൊടി കറുത്തയുടെ മകന്റെ മകൾ കന്നൽക്കാർ വേണി നീലിയെ അറിയാത്തവരുണ്ടോ? എങ്കിൽ ആ കഥ പറയാം.

ഒരു കാലത്ത്, അനങ്ങൻ മലയുടെ അടിവാരത്തിൽ കീഴൂര് കുടിൽ കെട്ടി താമസിച്ചിരുന്ന നീലിയുടെ സമീപം എത്തിച്ചേരുന്ന വർക്കെല്ലാം സാന്ത്വനവും ആശ്വാസവുമായിരുന്നു നീലി.

ഉമ്മക്കൊലുസുവിന്റെ ചായക്കടയിൽ നിന്ന് ചായ കുടിച്ച് നീലിയുടെ കുടിൽ അന്വേഷിച്ച് അനങ്ങൻ മലയുടെ താഴ്‌വാരം നോക്കി ആഞ്ഞു വലിച്ച് നടക്കുന്ന ആളുകളിൽ എല്ലാ വിഭാഗക്കാരുമുണ്ട്. പ്രായഭേദമെന്യേ... സാമ്പത്തികമായ, സാമൂഹികമായ ഉയർച്ചതാഴ്ചകളില്ലാതെ എല്ലാവരും നീലിയെ തേടി പോകുന്നു.

മേലൂര്...കീഴൂര് വഴി കാറുമായി വന്ന് നീലിയെ അന്വേഷിക്കുന്ന വരും ധാരാളമുണ്ടായിരുന്നു. കുടിലിലേക്കുള്ള വഴിയരികിൽ കുറ്റി ച്ചെടികളും വൃക്ഷങ്ങളും ഇടതിങ്ങി വളർന്നു നിൽക്കുന്നതിനാൽ വേനലിന്റെ നീറ്റൽ ഒട്ടും അനുഭവപ്പെടില്ല. കുടിലിൽ എത്തിപ്പെടു ന്നവർക്കെല്ലാം സംഭാരം റെഡിയാണ്. വട്ടച്ചെമ്പിൽ വേവിച്ചു വെച്ച പൂളക്കിഴങ്ങ് ഭക്ഷിക്കുകയും ചെയ്യാം. കുടിലിനോടു ചേർ ന്നുള്ള ഓലപ്പുരയിൽ ഒരു പശുവിനെ വളർത്തുന്നുമുണ്ടായി രുന്നു നീലി.

അനങ്ങൻ മലയിലും പ്രാന്തപ്രദേശങ്ങളിലുമുള്ള സസ്യങ്ങളുടെ ഔഷധഗുണം നീലിക്കറിയാവുന്നതു പോലെ അന്നാട്ടുകാർക്കൊന്നും വശമുണ്ടായിരുന്നില്ല. അതുകൊണ്ടുതന്നെ മരുന്നില്ലാത്ത, മന്ത്രമില്ലാത്ത അസുഖങ്ങളുടെ ശമനത്തിനുള്ള ഉറവിടം തേടി പല പ്രദേശത്തുനിന്നും ആളുകൾ നീലിയുടെ കുടിലിലെത്തുന്നു. കുറുപ്പത്ത് തറവാട്ടിലെ മാധവചാക്യാർ മേലാസകലം വട്ടച്ചൊറി പിടിച്ചു കിടന്നപ്പോൾ വൈദ്യൻമാരും ആശുപത്രിയും കൈയൊഴിഞ്ഞ അദ്ദേഹത്തെ രക്ഷപ്പെടുത്തിയത് നീലിയുടെ പച്ചമരുന്നുകളാണ്. നീലിയുടെ നാട്ടറിവുകൾ അത്രയ്ക്ക് ഗുണകരമാണെന്നാണ് ജനപക്ഷം.

ആയുർവേദ മരുന്നുകളുടെ ഈറ്റില്ലമെന്നാണ് നീലി അനങ്ങൻ മലയെ വിശേഷിപ്പിക്കാറുള്ളത്. ഹനുമൽ സ്വാമി മരുത്വാമലയും ചുമന്ന് പോകുമ്പോൾ അനങ്ങൻ മലയിൽ ഇരുന്ന് കുറച്ച് വിശ്രമിച്ചപ്പോൾ പോലും മല അനങ്ങിയില്ലെന്നും അങ്ങനെ അനങ്ങാമല പറഞ്ഞു പറഞ്ഞ് അനങ്ങൻ മലയായെന്നും നീലി പറയും. മലയുമായി വായുവേഗത്തിൽ സഞ്ചരിക്കുന്ന ഹനുമാന്റെ കയ്യിൽ നിന്ന് കുറച്ചു ഭാഗം അടർന്നു വീണെന്നും അടർന്നതിന്റെ കൂടുതലും ഭൂമിയ്ക്കടിയിലാണെന്നും പുറത്തു ഇന്നു കാണുന്ന ഭാഗമാണ് അനങ്ങൻ മലയെന്നും മറ്റൊരു കഥയും നീലി പറയുമായിരുന്നു.

നീലി ഹനുമൽ സ്വാമിയുടെ കടുത്ത ഭക്തയാണ്. പലവിധത്തിലുള്ള ആഞ്ജനേയ ചിത്രങ്ങൾ നീലി കുടിലിൽ ഒട്ടിച്ചു വെച്ചത് ഇതിനു തെളിവാണ്.

കീഴേപ്പാട്ട് തറവാട് മേലൂർ ഭാഗത്തെ വളരെ പ്രസിദ്ധിയാർജ്ജിച്ച തറവാടാണ്. അവിടുത്തെ കാരണവർ പ്രഭാകരമേനോൻ ഉള്ളാട്ടിൽ തറവാട്ടിലെ വസുമതിയെയാണ് വിവാഹം ചെയ്തിരിക്കുന്നത്. അവരുടെ ദാമ്പത്യജീവിതം അസൂയാവഹമായിരുന്നെന്നാണ് ആ പ്രദേശത്തുകാർ പറയുന്നത്. പ്രഭാകരമേനോൻ ഭാര്യ വസുമതിയെ കൂട്ടാതെ വയലേലകൾ പോലും സന്ദർശിക്കുക പതിവില്ലത്രെ. നീലിയുടെ യൗവനകാലത്ത് കീഴേപ്പാട്ട് തറവാട്ടിലെ അടുക്കളപ്പണി കീഴാളവർഗ്ഗത്തിൽപെട്ട നീലിയുടേതായിരുന്നു. നീലിയുടെ പാചകനൈപുണ്യത്തെ ആ തറവാട്ടിലെ എല്ലാവരും

പ്രശംസിച്ചിരുന്നു. തറവാട്ടമ്മമാർക്ക് നീലിയുടെ വൃത്തിയും വെടിപ്പും നന്നേ ഇഷ്ടമായിരുന്നു.

കാർമേഘം പോലെ കറുത്ത കേശമുള്ള നീലി കരുമിയായിരുന്നെങ്കിലും ചന്തം തികഞ്ഞവളായിരുന്നു. കരിങ്കുഴലി നീലിയ്ക്ക് പുടമുറി നൽകാൻ ആഗ്രഹമുണ്ടെന്നറിയിച്ച് നാട്ടിലെ കരുത്തനായ യുവാവ് ചെമ്പൻ പുലയൻ പലതവണ നീലിയുടെ അപ്പനേയും തള്ളയേയും സമീപിച്ചിരുന്നു. കീഴേപ്പാട്ട് തറവാട്ടിലെ വിശ്വസ്ത ഭൃത്യയായി കഴിയാൻ അപ്പോൾ ഇഷ്ടപ്പെട്ട നീലി കല്യാണത്തിനൊന്നും തയ്യാറായില്ല.

നീലിയുടെ അപ്പൻ ചാമിയും തള്ള മുണ്ടിയും തറവാടിനോടു ചേർന്നുള്ള കൊട്ടിലിലാണ് താമസിച്ചിരുന്നത്. നീലിയ്ക്കു മാത്രം തറവാട്ടിലെ പടിഞ്ഞാറ്റപ്പുരയോടു തൊട്ടുള്ള ഒരു മുറി തറവാട്ടമ്മമാർ അറിഞ്ഞു നൽകിയിരുന്നു.

ഈ ജന്മത്തിൽ പുടമുറി നൽകുന്നുണ്ടെങ്കിൽ അത് കന്നൽക്കാർവേണി നീലിയ്ക്കു മാത്രമായിരിക്കുമെന്ന് ചെമ്പൻ നീലിയെ അറിയിച്ചെങ്കിലും തറവാടു വിട്ട് തനിക്കൊരു ജീവിതമില്ലെന്ന് നീലി ചെമ്പനോട് അടിവരയിട്ടു പറഞ്ഞത്രെ.

കീഴേപ്പാട്ട് തറവാട്ടിലെ ആണുങ്ങൾ പലരും വിവാഹം കഴിച്ച് കൊണ്ടുവന്ന പെണ്ണുങ്ങൾ ഉണ്ടെങ്കിലും, വസുമതിയ്ക്ക് എന്തിനും ഏതിനും നീലിയെ തന്നെ വേണം.

സുന്ദരിയും സുശീലയുമായ വസുമതി പ്രഭാകരമേനോന്റെ ഇഷ്ട ഭാര്യയും പ്രണയിനിയും സഖിയുമൊക്കെയാണ്. കാരണവരുടെയും മറ്റും സങ്കേതമായ പടിഞ്ഞാറ്റപ്പുരയിലാണ് പുറത്തിറങ്ങാത്ത അവസരങ്ങളിൽ മിക്കപ്പോഴും പ്രഭാകരമേനോൻ ഉണ്ടാവുക. പ്രഭാകരമേനോനും വസുമതിയും തമ്മിലുള്ള ദൃഢമായ ദാമ്പത്യ ജീവിതത്തിൽ ഒരു കുഞ്ഞു പിറക്കാത്തതിൽ തറവാട്ടിലുള്ളവരും തറവാട്ടിൽ പണിയെടുക്കുന്ന അടിയാളരും ദുഃഖിതരാണ്. ചികിത്സകളൊന്നും ഫലം കണ്ടില്ല.

ചാമിയുടെ തള്ള കറുത്ത ഉണ്ടായിരുന്ന കാലത്ത് പാമ്പൻ പള്ള്യാലിൽ പണിയ്ക്കു പോകുമ്പോൾ ചെറുപ്രായമുള്ള നീലിയെ

ഒപ്പം കൂട്ടും. അനങ്ങൻ മലയുടെ താഴ്‌വാരങ്ങളിലൂടെയുള്ള യാത്രയിൽ തനിക്കറിയാവുന്ന ഔഷധ സസ്യങ്ങളും, ചെടികളും നീലിയെ പരിചയപ്പെടുത്തും. അതുകൊണ്ടുതന്നെ ചാമിക്കും മുണ്ടിക്കും അറിയുന്നതിനേക്കാൾ മലയടിവാരത്തിലും മലമുകളിലുമുള്ള ഔഷധ സസ്യങ്ങളെക്കുറിച്ച് നീലിയ്ക്കറിയാം.

വസുമതിയ്ക്ക് വിട്ടുമാറാത്ത സന്നിപാതജ്വരം പിടിപെട്ടത് തറവാടിനെ ദു:ഖത്തിലാഴ്ത്തി. ശരീരം തളർന്ന വസുമതിയ്ക്ക് കിടന്നകിടപ്പിൽ നിന്ന് എഴുന്നേൽക്കാൻ പോലും പറ്റാതായി. പ്രഭാകരമേനോന് മിണ്ടാട്ടമില്ലാതായി. ഒറ്റമൂലികൾ തേടി അനങ്ങൻ മലയടിവാരത്തിൽ സഞ്ചരിച്ച് നീലി ചില വേരുകളും പച്ചമരുന്നുകളുമായി വസുമതി തമ്പുരാട്ടിയെ ചികിത്സിക്കുവാൻ തുടങ്ങി.

നീലി ഉണങ്ങിയ ഔഷധവേരുകളും ഇലകളും ചതച്ചരച്ച് വസുമതി തമ്പുരാട്ടിയുടെ ശരീരത്തിൽ മുഴുവനായി ലേപനം ചെയ്തു. ചലനമറ്റ വസുമതി പതുക്കെ എഴുന്നേൽക്കുവാൻ തുടങ്ങി. സന്തോഷാതിരേകംകൊണ്ട് പ്രഭാകരമേനോൻ തറവാടിനോടു ചേർന്നുള്ള പടിപ്പുര നീലിക്ക് ദാനം നൽകി.

പ്രഭാകരമേനോന്റെ ഭാര്യ വസുമതിയ്ക്ക് ഇനിയൊരു ഗർഭം താങ്ങാനുള്ള കഴിവില്ലെന്ന് വൈദ്യൻമാർ ഗണിച്ചെങ്കിലും ആ അഭിപ്രായം തള്ളിമാറ്റിക്കൊണ്ട് വസുമതി ഗർഭം ധരിച്ചു. തറവാട്ടിലുള്ളവർ വസുമതിയുടെ ജീവനിലും കുട്ടിയുടെ ആരോഗ്യത്തിലും ഉത്കണ്ഠ പ്രകടിപ്പിച്ചു. അവിടെയും അനങ്ങൻ മലയിലുള്ള ഔഷധക്കൂട്ടുകളുമായി നീലി വസുമതിതമ്പുരാട്ടിയുടെ കൂട്ടിനെത്തി. ശരീരമാസകലം തേച്ചു പിടിപ്പിക്കുന്ന ഔഷധസസ്യങ്ങളുടെ ചികിത്സയിൽ വസുമതിയുടെ ഗർഭകാലം പുരോഗമിച്ചു. ഒടുവിൽ വസുമതിതമ്പുരാട്ടി ചന്തം തികഞ്ഞ ഒരു പെൺകുഞ്ഞിനെ പ്രസവിച്ചു. കുട്ടിക്ക് സത്യവതി എന്ന് പേരിട്ടു. പക്ഷേ, വിധി വൈപരീത്യമെന്നു പറയട്ടെ വസുമതി തമ്പുരാട്ടി ശരീരം പഴയതു പോലെ കുഴഞ്ഞു കിടപ്പിലായി. അഞ്ചാറു വർഷത്തെ ചികിത്സകളോ, നീലിയുടെ നോട്ടമോ ഒന്നും ഇവിടെ തമ്പുരാട്ടിയെ തുണച്ചില്ല. തറവാടിനേയും നാട്ടുകാരേയും ദു:ഖത്തിലാഴ്ത്തി വസുമതി തമ്പുരാട്ടി ഇഹലോകവാസം വെടിഞ്ഞു.

വസുമതിയുടെ കുഞ്ഞ് സത്യവതിയെ നീലി നല്ലതുപോലെ പരിപാലിച്ചു. പ്രഭാകരമേനോൻ പടിഞ്ഞാറ്റയിലുള്ള നടുമുറിയിൽ നിന്ന് അധികമൊന്നും പുറത്തിറങ്ങാതായി.

പുനർവിവാഹത്തിന് പ്രഭാകരമേനോൻ വിസമ്മതിച്ചു. അദ്ദേഹത്തിന്റെ മനസ്സിൽ ഇപ്പോഴും വസുമതി ജീവനോടെ നിലനിൽക്കുകയാണത്രെ.

തന്റെ തമ്പുരാട്ടിയുടെ കുഞ്ഞിനെ സംരക്ഷിക്കേണ്ടതും പരിപാലിക്കേണ്ടതും സ്വന്തം കടമയാക്കി നീലി. സത്യവതി സുന്ദരിയായി, വളർന്നുവലുതായി. പക്ഷേ, നീലിയെ പിഴച്ചവളായി സമൂഹം മുദ്രകുത്തി. നീലിയുടെ അപ്പനും തള്ളയും നാട്ടുകാരുടെ പഴിപറച്ചിൽ കേട്ടുകേട്ടു തന്നെ മരണമടഞ്ഞു.

അനങ്ങൻ മലയുടെ താഴ്വാരത്തിൽ ശങ്കരാലയത്തിലെ ദേവദാസ് എന്ന ചെറുപ്പക്കാരനുമായി സത്യവതിക്കുള്ള അടുപ്പം നാട്ടിലും തറവാട്ടിലും കാട്ടുതീപോലെ പടർന്നു. ആത്മാർത്ഥത തൊട്ടു തീണ്ടിയിട്ടില്ലാത്ത, സ്വഭാവദൂഷ്യങ്ങൾ പലതുമുള്ള വ്യക്തിയായിരുന്നു ദേവദാസ്. യൗവനത്തിന്റെ തിളപ്പിൽ ആരു പറഞ്ഞതും സത്യവതി ചെവിക്കൊണ്ടില്ല. പ്രഭാകരമേനോൻ ഹൃദയാഘാതം വന്ന് മരണപ്പെട്ടു. ദേവദാസ് സത്യവതിയെ വിവാഹം കഴിച്ച് തറവാട്ടിലെത്തിയതോടെ കാര്യങ്ങൾ കീഴ്മേൽ മറിഞ്ഞു. നീലി കീഴേപ്പാട്ട് തറവാട് എന്നന്നേയ്ക്കുമായി വിട്ടിറങ്ങി.

എല്ലാവരുടെയും പ്രതീക്ഷകളെ അസ്ഥാനത്താക്കിക്കൊണ്ട് ഇരുകൈകളും നീട്ടി ചെമ്പൻ നീലിയെ സ്വീകരിച്ച് കീഴൂർ മലഞ്ചെരിവിലുള്ള തന്റെ കുടിലിൽ താമസിപ്പിച്ചു. തന്റെ നാട്ടറിവുകളും ഔഷധ ചികിത്സകളും തുടർന്നുകൊണ്ട് നീലി ചെമ്പന്റെ പെണ്ണായി.

ഒരായുസ്സിന്റെ നല്ല കാലം മുഴുവൻ കീഴേപ്പാട്ട് തറവാടിൽ ഹോമിച്ച നീലി! നിരാശയില്ലാതെ പരിഭവമില്ലാതെ പരിദേവനമില്ലാതെ ചെമ്പനോടൊപ്പം ജീവിച്ചു. ഇന്നും കരിങ്കുഴലിനീലി ആ മലയടിവാരത്തിൽ പച്ചമരുന്നുകളും തേടി നടക്കുന്നതുപോലെ...

~~~
~~~

ചിലരങ്ങനെയാണ്

പാലക്കാട് ജില്ലയിലെ ആ ഗ്രാമത്തെ ലക്ഷ്യമാക്കിയാണ് കാറ് നീങ്ങുന്നത്. അടുത്തു പരിചയമുള്ള സന്നദ്ധസേവകരോടൊപ്പം പുറപ്പെട്ടു. പത്രവാർത്തയുടെ നിജസ്ഥിതി അറിയണം.

കലാകാരികളായ മൂന്നു സഹോദരിമാരുടെ അവസ്ഥ വിവരിച്ചു കൊണ്ടാണല്ലോ പത്രത്തിൽ പടം വന്നത്. മുഖശ്രീയുള്ള മൂന്നു കുട്ടികളുടെയും നിഷ്കളങ്ക ഭാവം കണ്ണിൽ നിന്ന് വേർപെടുത്തു വാൻ കഴിയുന്നില്ല. സഹതാപവും സ്നേഹവും എല്ലാം കൂടിക്ക ലർന്ന ആർദ്രത പാലക്കാട് ഗ്രാമത്തിലേയ്ക്കുള്ള യാത്രയിൽ കൊണ്ടെത്തിച്ചിരിക്കുകയാണ്.

പാലക്കാട് ടൗൺ എത്തുന്നതിനു മുമ്പെ ഗ്രാമത്തിലെ ഇടുങ്ങിയ പാതയിലേക്ക് കയറിയ കാറിന്റെ സഞ്ചാരഗതി മന്ദീഭവിക്കുവാൻ തുടങ്ങി. കാറിൽ ഒപ്പമുണ്ടായിരുന്ന സന്നദ്ധപ്രവർത്തകർക്ക് ഇതൊന്നും പുത്തരിയല്ല എന്ന് ഭാവപ്രകടനങ്ങളിൽ നിന്ന് മനസ്സി ലായി. കുറച്ചു ദൂരം സഞ്ചരിച്ചതിനുശേഷം തുടർന്ന് കുത്തനെ യുള്ള കയറ്റമാണ്. കാറ് കയറ്റം കയറുവാൻ പണിപ്പെടുന്നുണ്ട്. ഒന്നു തെന്നിയാൽ മതി, അഗാധഗർത്തത്തിലേക്ക് പതിക്കുവാൻ!

ഒപ്പമുണ്ടായിരുന്ന സേതുപതിയുടെ ആവശ്യപ്രകാരം ഡ്രൈവർ ഒരു കുന്നിന്റെ മുകൾപരപ്പിൽ കാർ നിർത്തിയിട്ടു. തുടർന്നുള്ള യാത്ര മണ്ണിട്ട് കുണ്ടും കുഴിയുമുള്ള പാതയിലൂടെയാണ്. അതിനു കാറ് പറ്റില്ലെന്നും അവിടെ നിർത്തിയിട്ടിരിക്കുന്ന ഒരു ജീപ്പിൽ എല്ലാവരും കയറാനും സേതുപതി പറഞ്ഞതിൻ പ്രകാരം വീണ്ടും

മുകൾത്തട്ടിൽ നിന്ന് കൂടുതൽ ഉയരങ്ങളിലേക്ക് ജീപ്പിൽ യാത്ര തുടർന്നു.

ജീപ്പ് ഓടിച്ചിരുന്നത് അവിടെ കാത്തുനിന്നിരുന്ന ഒരു ഉയരം കുറഞ്ഞ മനുഷ്യനാണ്. സേതുപതി ഈ യാത്രയുടെ വിശദാംശങ്ങൾ ആരാഞ്ഞ് നേരത്തെ തന്നെ ജീപ്പ് തയ്യാറാക്കി നിർത്തിയതാണെന്ന് മനസ്സിലായി.

ചെമ്മൺപാതയുടെ ഇരുവശത്തും ഉരുളൻകല്ലുകൾ കൂട്ടിയിട്ടിരിക്കുന്നു. എവിടെയും ഒരു മനുഷ്യജീവിയെ കാണുന്നില്ല. നട്ടുച്ചയ്ക്കുള്ള പൊരിവെയിൽ യാത്രാസംഘത്തിന് ദാഹവും ക്ഷീണവും വർദ്ധിപ്പിക്കുന്നുണ്ട്. യാത്ര തുടങ്ങുമ്പോൾ എടുത്തുവച്ച കെറ്റിലിലെ വെള്ളം തീരാറായിരിക്കുന്നു.

ജീപ്പു ഡ്രൈവർ പരിചിതമായ വഴികളിൽ കൂടി വണ്ടിയോടിക്കുകയാണെന്ന് ലാഘവത്തോടെയുള്ള ആ ഇരിപ്പു കണ്ടാൽ മനസ്സിലാക്കാം.

കുന്നിൻചെരിവുകളിൽ ധാരാളം പറങ്കിമാവുകൾ പൂത്തു കായ്ച്ചു നിൽക്കുന്നുണ്ട്. നീളമുള്ള ളോഹ പോലെ മാറിനു മുകളിൽ കറപിടിച്ച മുണ്ടുകൾ ചുറ്റി രണ്ടു മൂന്നു സ്ത്രീകളെ വഴിയരികിൽ കാണുകയുണ്ടായി. പറങ്കിമാങ്ങ ചപ്പിക്കുടിക്കുന്ന ഒരു സ്ത്രീയുടെ മാറത്തെ മുണ്ടു വകഞ്ഞു മാറ്റി കഴുത്തിൽ കെട്ടിയ തോർത്തു മുണ്ടിന്റെ കൈ താങ്ങിലിരിക്കുന്ന കുഞ്ഞ് അവളുടെ മുല ചപ്പുന്നു. ഇടിഞ്ഞു തൂങ്ങിയ മുലയുടെ ഞെട്ടു തപ്പിയെടുത്ത് കുഞ്ഞ് തന്റെ വിശപ്പകറ്റാൻ പാടുപെടുന്നു. സേതുപതിയുടെ നിർദ്ദേശപ്രകാരം ഏകദേശം മേടിനു മുകളിലെത്തിയപ്പോൾ ജീപ്പു നിർത്തി. വഴിയരികിൽ കാണുന്ന കാഴ്ചകൾ എല്ലാം ദാരിദ്ര്യം വിളിച്ചോതുന്നവ തന്നെ. ആ സ്ത്രീയ്ക്ക് നാലാളുകൾ ജീപ്പിൽ നിന്നിറങ്ങിയതു കണ്ടിട്ടും യാതൊരു ഭാവഭേദവുമില്ല. തന്റെ കുഞ്ഞിന്റെ നെറ്റിയിലും ചുണ്ടിലും ഇടയ്ക്കിടയ്ക്ക് ഒരു മുത്തം കൊടുത്ത് പറങ്കിമാങ്ങ ചപ്പുന്ന പ്രവൃത്തി തുടരുന്നു.

ഒന്ന് ദാഹം ശമിപ്പിച്ച് വിശ്രമിച്ചതിനുശേഷം വീണ്ടും ജീപ്പിൽ കയറി യാത്ര തുടർന്നു. ഉയർന്ന മലമ്പ്രദേശത്തിൽ അവിടവിടെയായി കുടുസ്സു വഴികൾ. ഒരു വഴിയിലേക്ക് ജീപ്പ് ഇടുങ്ങി പ്രവേശിച്ചു. കുറച്ചു ദൂരം സഞ്ചരിച്ചപ്പോൾ കാൽനടവഴിയുടെ അടയാളം മാത്രമായി ഒറ്റയടിപ്പാത നീണ്ടുനിവർന്നു കിടക്കുന്നു.

ചുറ്റുമുള്ള പറങ്കിമാവുകളിൽ നിന്നു വീണ പറങ്കിമാങ്ങകൾ ചീഞ്ഞ് ദുർഗന്ധം അനുഭവപ്പെടുന്നുണ്ട്. കല്ലുവെട്ടുകുഴികളിൽ പാതി നഗ്നരായി ആൺപെൺ ഭേദമില്ലാതെയുള്ള കുട്ടിപ്പട്ടാളം അടി വസ്ത്രം മാത്രം ധരിച്ച് കളിക്കുന്നു. ചില പെൺകുട്ടികളുടെ ശരീരം പൂർണമായും മറയ്ക്കപ്പെടാതെ കണ്ടപ്പോൾ ചെറിയ ഭീതിയും ആശങ്കയും ഉണ്ടാകാതെയിരുന്നില്ല. മ്ലാനവദനങ്ങളാണ് മിക്കതും.

പറങ്കിമാങ്ങാക്കാട്ടിലൂടെ ഊർന്നിറങ്ങി ലക്ഷ്യസ്ഥാനത്തെ ത്തുമോ എന്ന ഭയപ്പാടോടെ സേതുപതിക്കും സംഘത്തിനു മൊപ്പം ആഞ്ഞു നടന്നു. സേതുപതി തന്നോടൊപ്പമുള്ളവരെ പരി ഗണിക്കുന്നുണ്ടെന്ന് അദ്ദേഹത്തിന്റെ നടത്തത്തിന്റെ വേഗത കുറ ഞ്ഞതിൽ നിന്നും മനസ്സിലാക്കാം.

ജീപ്പു ഡ്രൈവർ തന്നെയാണ് മുന്നിൽ സംഘത്തെ നയിക്കു ന്നത്.

"മാഡം... ഇനി കുത്തനെയുള്ള ഇറക്കമാണ്; വഴിയില്ല." ഡ്രൈവർ പറഞ്ഞതു കേട്ട് ഞെട്ടിപ്പോയി. പേടിച്ച് സേതുപതിയെ നോക്കി. തങ്ങളുടെ സംഘത്തിലെ മറ്റു രണ്ടു യുവസാഹസികരോ ടൊപ്പം ഒത്തുപിടിച്ചു പോകാമെന്ന ബലത്തിൽ സേതുപതി ഒന്ന് മന്ദഹസിച്ചു.

"മാഡം... ഇവിടെ നിൽക്കുന്നതാണ് നല്ലത്. ഞങ്ങൾ തിരിച്ചു വരുന്നതു വരെ ഈ കാണുന്ന പാറയിൽ ഇരുന്ന് വിശ്രമിച്ചോളൂ." ഡ്രൈവറുടെ അടുത്ത പരാമർശം കേട്ട് ഭയപ്പെട്ട് ചുറ്റും നോക്കി. കനത്ത നിശ്ശബ്ദത... ഒരു മനുഷ്യജീവി പോലുമില്ല. കൊന്നിട്ടാൽ അറിയില്ല.

ദൈവമേ... ഈ കാട്ടിൽ അകപ്പെട്ട് ചാവാനാണോ ഇവിടംവരെ യെത്തിയത്? ആ പത്രവാർത്തയും കുട്ടികളുടെ അരുമ മുഖവും വീണ്ടും മനസ്സിലോടിക്കയറി.

"സേതുപതി... ഞാൻ വരുന്നുണ്ട്. ആ കുട്ടികളെ കണ്ട് ലക്ഷ്യം നേടുന്നതു വരെ" എന്ന് ഉറപ്പിച്ച് പറഞ്ഞപ്പോൾ സേതുപതി ഡ്രൈവറെ നോക്കി. അയാൾ ഒന്നും മിണ്ടുന്നില്ല.

"മാഡം നമ്മുടെ കൂടെ വരട്ടെ. യാത്രാ സംഘം ഒരുമിച്ച് ലക്ഷ്യ ത്തിലെത്താം." സേതുപതി പറഞ്ഞതു കേട്ട് യുവ സംഘാംഗങ്ങൾ സഹായവുമായെത്തി.

കുത്തനെയുള്ള ഇറക്കത്തിലെത്തിയപ്പോൾ യുവസംഘങ്ങൾ ഓടിയിറങ്ങി. സേതുപതി സാഹസപ്പെട്ട് ചരിഞ്ഞിറങ്ങി. ചപ്പിലകളിൽ കാലുറയ്ക്കുന്നില്ല. ദൈവത്തെ വിളിച്ച് ചപ്പിലകളിൽ ഇരുന്നു കൊടുത്തു. കണ്ണടച്ചു പ്രാർത്ഥിച്ചു. ഉരസി താഴേയ്ക്ക് പതിച്ചു. കണ്ണ് തുറന്നപ്പോൾ സേതുപതിയും സംഘാംഗങ്ങളും ചിരിയമർത്താൻ പാടുപെടുന്നുണ്ട്.

കുടിലിലേക്ക് വഴിപോലുമില്ലാതെ ഇവർ എങ്ങനെയിവിടെ താമസിക്കുന്നു!!

ആത്മഗതമെങ്കിലും അതിനു ഡ്രൈവർ മറുപടി പറഞ്ഞു.

"മാഡം... അവർക്ക് കുരങ്ങുകളെപ്പോലെ മരങ്ങളിൽ തൂങ്ങിയും കുട്ടിച്ചാത്തന്മാരെപ്പോലെ കുത്തനെയുള്ള ഭൂമിയിൽ ഓടിക്കയറിയും എല്ലാം ശീലമാണ്. അവർക്ക് ഈ കാട്ടുപ്രദേശം വിട്ടു പുറത്തുകടന്നിട്ടും കാര്യമില്ലല്ലോ." ഡ്രൈവറുടെ മറുപടി കേട്ട് സേതുപതി ചോദിച്ചു.

"അതെന്താ...?"

"കയ്യിൽ കാശു വേണ്ടേ? ഈ പറങ്കിമാങ്ങച്ചാറും ഇടയ്ക്കെങ്ങാനും കിട്ടുന്ന റേഷനരിയും പിന്നെ ചാരായവും പട്ടിണിയും പരിവട്ടവുമായി ഒരുപറ്റം മനുഷ്യക്കോലങ്ങൾ."

ഡ്രൈവർ പറയുന്നതു കേട്ട് ഒരു നിമിഷം നിന്നു. പിന്നെ ചപ്പിലകളിലൂടെ ഓടി സംഘത്തിന്റെ അടുത്തെത്തി.

കാലിൽ നിന്ന് ചോരയൊലിക്കുന്നുണ്ട്. മുള്ളുകൊണ്ട് കോറിയും കുറ്റിച്ചെടികളുടെ മൂർച്ചയുള്ള കമ്പുകൊണ്ടും അവിടവിടെ നീറ്റൽ അനുഭവപ്പെടുന്നു.

"ഇനിയുള്ള ഇറക്കത്തിലാണ് അവറ്റകൾ കൂട്ടം കൂടി കഴിയുന്നത്."

വഴിയിൽ നിന്ന് യാത്രയിൽ ഒപ്പം കൂടിയ ഒരു പൊതുപ്രവർത്തകന്റെ പറച്ചിൽ കേട്ട് സേതുപതി ചോദിച്ചു. "അവറ്റകളോ...? അതാരാ... അവർ മനുഷ്യരല്ലേ?"

"ജീവിതം മൃഗതുല്യമാണ് സാർ. അതിൽ നിന്ന് ആ മൂന്നു പെൺകുട്ടികളെങ്കിലും രക്ഷപ്പെടണം." ഡ്രൈവറുടെ വാക്കുകൾ ചെവിയിൽ പ്രകമ്പനം കൊണ്ടു.

ഇപ്രാവശ്യം ചാഞ്ഞു കിടക്കുന്ന ഒരു വള്ളിയിൽ പിടിച്ച് ആ ചരിവ് സാഹസികമായി ഇറങ്ങി. സംഘാംഗങ്ങളും ഡ്രൈവറും ഹൃദയം തുറന്ന് അഭിനന്ദനം അറിയിച്ചു.

ഒരു ഇടിഞ്ഞു പോയ കുടിലിന്റെ മുന്നിലാണ് ചെന്നെത്തിയത്. കുറേയേറെ വള്ളിപ്പടർപ്പുകൾ. അതിനിടയിൽ മൂന്നോ നാലോ ദ്രവിച്ചു പഴകിയ ചെങ്കല്ലുകൾ... അതിനു നടുവിൽ മാംസപിണ്ഡം പോലെ ആരോ ചുരുണ്ടു കിടക്കുന്നു.

ഡ്രൈവർ സേതുപതിയോടൊപ്പം അവിടെയെത്തി.

“കല്യാണീ... നിന്റെ മക്കളെ കാണാൻ വന്നവരാ... പത്രത്തിൽ വാർത്ത വന്നില്ലേ... അതു കണ്ടിട്ട്.”

ഒരനക്കവുമില്ല...

“കുടിച്ച് കൂത്താടി നടന്ന് മാറാരോഗിയാണ്. എങ്ങനെ എണീക്യാനാ...” ഡ്രൈവർ പരിതപിച്ചു.

“കല്യാണി... കൊറച്ച് ഏമാൻമാര് വന്ന് നിന്റെ മൂന്നു പെൺമക്കടെ പടം എടുത്തില്ലേ... അതു കണ്ടു വന്നവരാ.”

മാംസപിണ്ഡം എന്നു കരുതിയ ശരീരം ഒന്നിളകി.

“മൂന്നിനേം കൊണ്ടോയ്ക്കോട്ടെ. ഇവിടെന്തിനാ...?”

ഡ്രൈവർ ഞങ്ങളെ മാറി മാറി നോക്കി.

“മൂന്നിനേം കൊണ്ടോയ്ക്കോളാനാ പറഞ്ഞത്. സമ്മതം കിട്ടി.”

“അവരെവിടെ? കുട്ടികൾ...” സേതുപതി ഭീതിയോടെ ചോദിച്ചു.

“ആ താഴത്തെ കുടീല്ണ്ട്... അവക്കടെ മാമനാ.” കല്യാണിയുടെ പ്രതികരണം നേർത്ത മൂളലായി ഒതുങ്ങി.

ഡ്രൈവർ കാണിച്ച കുടിലിനെ ലക്ഷ്യമാക്കി നീങ്ങുമ്പോൾ ചങ്കു പിടയ്ക്കുകയായിരുന്നു.

അവിടെ അരയിൽ കീറത്തുണി ചുറ്റിയ എല്ലും തോലുമായ ഒരു മനുഷ്യൻ പുറത്തിരിപ്പുണ്ട്.

“കല്യാണീടെ മക്കളെ വളർത്താൻ വന്നോരാ...” ഡ്രൈവർ പരിചയപ്പെടുത്തി.

“കടലാസും കാര്യങ്ങളും ഒക്കെ അവർ നേരത്തെ ശരിയാക്കീട്ടുണ്ട്. ഇപ്പൊ കൊണ്ടോവാൻ വന്നതാ.”

അയാൾ കേൾക്കാത്ത മട്ടിലിരുന്നു.

ഡ്രൈവർ വീണ്ടും പറഞ്ഞു.

“കല്യാണ്യേയ്... അവക്കടെ മക്കളെ ഈ ഏമാൻമാരോടൊപ്പം അയയ്ക്കണം മണിയാ... കുട്ട്യോളെ വിളി.”

ചെറ്റക്കുടിലിൽ നിന്ന് കാഴ്ചയിൽ ഒന്നോ രണ്ടോ വയസ്സു വ്യത്യാസം തോന്നിക്കുന്ന മൂന്നു പെൺകുട്ടികൾ തലയിട്ടു പുറത്തേയ്ക്കു നോക്കി. പത്രത്തിൽ കണ്ട അരുമ മുഖങ്ങൾ... അവരെ സ്നേഹപൂർവം കൈകാട്ടി വിളിച്ചു. കീറിപ്പറിഞ്ഞ ഉടുപ്പുമിട്ട് മൂവരും പുറത്തുവന്നു.

മണിയന്റെ കണ്ണ് മൂത്ത കുട്ടിയുടെ ശരീരത്തിലാണ്. അവൾ തല താഴ്ത്തി നിൽക്കുന്നു. മൂന്നു മക്കളേയും കൈക്കുള്ളിൽ ഒതുക്കി.

കഴുകൻ കണ്ണുള്ള മാമൻ. കുറച്ചുനേരം കൂടി ഇവിടെ നിന്നാൽ... ഒരു കെട്ടു ചുള്ളിക്കമ്പുമായി ഒരു പെണ്ണും കാരിരുമ്പിന്റെ കറുപ്പുള്ള രണ്ട് ആണുങ്ങളും കുടിലിന്റെ മുറ്റത്തു വന്നു.

“കൊടിച്ചീ... ഈ മക്കളെ ഈ ഏമാൻമാര് കൊണ്ടുപോവാ... കടലാസ്സൊക്കെ ശരിയാക്കീട്ട്ണ്ട്.”

കൊടിച്ചി ഒന്നും മിണ്ടാതെ ഉറഞ്ഞുതുള്ളി ഉള്ളിലേക്കു പോയി.

വാടീ ഇവടെന്ന് ആക്രോശിച്ച് ആണുങ്ങൾ പെൺകുട്ടികളെ കടന്നു പിടിച്ചു.

“വിടടാ ആ കുട്ടികളെ...” ഡ്രൈവറുടെ ആജ്ഞ കേട്ട് ആണുങ്ങൾ കുട്ടികളെ പിടിവിട്ടു.

“തന്തേടെ തനിനെറം... കണ്ടില്ലേ രണ്ടിന്റേം നോട്ടോം ഭാവോം.”

പെൺകുട്ടികളെ ആർത്തിയോടെ നോക്കുന്ന മണിയന്റെ അതേ കണ്ണുകൾ... അഴുകിയ കണ്ണുകൾ.

“ദൈവമേ... ഇത്രയും കാലം ഈ കുട്ടികൾ... ഇവിടെ.”

സേതുപതി പറഞ്ഞു. “പേടിക്കേണ്ട... അവർ സുരക്ഷിതരായിരുന്നു. ഇത്ര നേരവും നമ്മോടൊപ്പമുള്ള ഡ്രൈവർ സജീവൻ മാസ്റ്റർ കുട്ടികളുടെ രക്ഷകനാണെന്നു പറയാം. യു.പി.സ്കൂൾ അധ്യാപകനായ അദ്ദേഹത്തിന്റെ നന്മയാണ് നമ്മെ ഇവിടെ എത്തിച്ചത്. ഇവിടുത്തെ കലക്ടറുമായി ബന്ധപ്പെട്ടു തന്നെയാണ് അദ്ദേഹം ഇത്രയും വിദഗ്ദ്ധമായി കാര്യങ്ങൾ നടത്തിയത്.”

കൂടുതലും തിരിച്ചു വരവിലാണറിഞ്ഞത്. പെൺകുട്ടികളുടെ അമ്മ കല്യാണി പറങ്കിമാങ്ങച്ചാറ് മൺകുടത്തിലാക്കി ഭൂമിയിൽ കുഴിച്ചി ടുമത്രെ. അത് വീര്യമേറിയ ലഹരിയാക്കി മാറ്റിയെടുത്ത്, കുടിച്ച് ബോധംനശിച്ച് വഴിയരികിൽ കിടക്കുമത്രേ. ആളുകൾ എടുത്ത് താങ്ങി കുടിലിൽ ആക്കുമ്പോൾ പേടിച്ച് വിറച്ചു നിൽക്കുന്ന അരുമക്കിടാങ്ങൾ. രണ്ടു വർഷമായി കുട്ടികളുടെ അപ്പൻ ചത്തിട്ട്. പഠനം അന്ന് നിർത്തിയതാണ്. ചില നാട്ടുകാരുടെയും ഹൃദയാലു ക്കളുടെയും കാരുണ്യം കൊണ്ട് രണ്ടുവർഷം എങ്ങനെയോ തള്ളിനീക്കി. പത്രത്തിൽ വന്ന വാർത്ത ആരുടെയും കരളലി യിക്കും. മനോഹരമായി പാടുന്ന പെൺകുട്ടികൾ ശരീരം മറയ്ക്കു വാൻ ഉടുതുണിയില്ലാതെ... തല ചായ്ക്കാൻ ഒരു കൂരയില്ലാതെ... അപ്പൻ മുണ്ടീരയും നന്നായി പാടുമായിരുന്നത്രെ.

ജീപ്പിൽ നിന്നിറങ്ങി. പെൺകുട്ടികളെയും കൊണ്ട് കാറിൽ കയറുമ്പോൾ മഹാനുഭാവനായ സജീവൻ മാഷെ ആദരവോടെ കൈകൂപ്പി. അയാൾ ഹൃദ്യമായൊന്ന് പുഞ്ചിരിച്ചു. കാറിൽ കയറിയ സേതുപതിയുടെ ആത്മഗതം ഉയർന്നു കേൾക്കാമായിരുന്നു.

"ചിലരങ്ങനെയാണ്..."

"എങ്ങനെ...?" യാന്ത്രികമായി ചോദിച്ചു.

"സജീവൻ മാഷെപ്പോലെ... സഹാനുഭൂതിയുള്ള വിവേകിക ളായ മനുഷ്യരുടെ കൂട്ടത്തിൽ ഉൾപ്പെടുന്നവർ."

"മറ്റു ചിലർ സേതുപതിയെ പോലെയും."

സേതുപതിയുടെ ചിരി കാറിനുള്ളിലെ നിസ്സംഗതയെ തളർത്തി.

നാം അറിയാതെ ആടുന്ന ജീവിതവേഷങ്ങളുമായി കുറേ യേറെ മനുഷ്യർ.

~~~
~~~

നാട്ടുവെളിച്ചം

മൂസ പോകുന്നതു വരെ ഈ ആൽമരത്തിനു മറവിൽ ഒളിച്ചിരിക്കാം. അവന്റെ ഇഷ്ടതോഴികൾ രാത്രി സഞ്ചാരത്തിനിറങ്ങുവാനുള്ള സമയം ആവുന്നതേയുള്ളു. അവരെ കണ്ടാൽ അവന് സ്ഥലകാലബോധമില്ലല്ലോ. അവളുമാരോട് സൊള്ളാൻ നിന്നാൽ പിന്നെ തന്നെ പിടിക്കാനൊന്നും അവൻ വരില്ല. സംസ്കാരം തൊട്ടുതീണ്ടിയിട്ടില്ലാത്ത അഴിഞ്ഞാടികൾ. മണ്ടൻ മൂസയ്ക്കു പറ്റിയ കൂട്ടുകെട്ടുകൾ. അവളുമാർ വരട്ടെ. അതുവരെ ഇവിടെ കുത്തിയിരിക്കാം.

കഷ്ടം! നാട്ടിൽ തന്റെ പേര് കള്ളൻ കുമാരൻ എന്നായിരിക്കുന്നു. വീട്ടിലെ ദാരിദ്ര്യം കാരണം അയൽപക്കത്തെ അഞ്ചു തേങ്ങ കട്ടു. അവിടെ നിന്നു തുടങ്ങിയതാണ് കള്ളൻ എന്ന സ്ഥാനപ്പേര്. കുമാരൻ തേങ്ങാക്കള്ളനായത് എങ്ങനെയെന്ന് നാട്ടുകാർക്കറിയില്ലല്ലോ. അടയ്ക്ക ഉണങ്ങാനിട്ട വീട്ടുകാർക്ക് കള്ളൻ കുമാരനെ പേടിയാണു പോലും!

സമ്പന്നരുടെ വീട്ടിലെ അടയ്ക്കകൾ ചാക്കോടുകൂടി എടുത്തുകൊണ്ടുപോയി ചന്തയിൽ വിറ്റാൽ കഷ്ടിച്ച് പെങ്ങൾക്കും തള്ളയ്ക്കും തനിക്കും ഒഴിഞ്ഞ വയറോടെ രാത്രി ഉറങ്ങേണ്ട. ഉദരത്തിന്റെ പരിദേവനം കേൾക്കണ്ട.

ഇല്ലി വെട്ടി കെട്ടിവെച്ചത് കെട്ടോടുകൂടി എടുത്തുപൊക്കി കണ്ടത്തിൽ കൊണ്ടിടുന്നവൻ! തൊഴുത്തിന്റെ അട്ടത്ത് കരിവാരി തേയ്ക്കുന്നവൻ! ചൗര്യം ചെയ്യുന്നവൻ എത്രയും പെട്ടെന്ന് കട്ടുപോവുകയാണല്ലോ പതിവ്. മോഷണത്തിന്റെ ആദ്യപടിയിൽ

ഇത്തരത്തിലുള്ള വിചിത്രതകൊണ്ടേ പിടിച്ചുനിൽക്കാൻ പറ്റൂന്ന് നാട്ടുകാർക്കറിയില്ലല്ലോ. വിചിത്രജീവിയായി തന്നെ ചിത്രീകരിച്ച വരുമുണ്ടല്ലോ.

ആട്ടാനായി ഉണങ്ങാനിട്ട കൊപ്ര കിട്ടിയാൽ ജീവിതം പിന്നെ നാലു ദിവസത്തേക്ക് കുശാൽ. ചന്തയിൽ കൊണ്ടുപോയി കൊടു ത്താൽ നല്ല വില കിട്ടും. ഉണക്കം പോരാന്ന് പറഞ്ഞ് മടക്കിയ സംഭവങ്ങളും ഉണ്ട്. അങ്ങനെ വരുമ്പോൾ കെട്ട്യോൻ ചത്ത് ഒറ്റയ്ക്കു പൊറുക്കുന്ന കല്യാണിയുടെ കൂര ആശ്രയിക്കും. അവൾക്കറിയാം തന്റെ ധർമ്മസങ്കടം. അവളുടെ കൂരയുടെ പിന്നിൽ കൊപ്ര ഉണങ്ങും. അതു ചന്തയിൽ കൊണ്ടുപോയി വിറ്റ് അവൾക്ക് കുറച്ച് കരിവള വാങ്ങിക്കൊടുക്കും. അതിരുവിട്ട ബന്ധങ്ങൾ അവിടെ യില്ലല്ലോ. പരസ്പരം മനസ്സിലാക്കി സഹായിക്കുന്നവർ.

തൊഴിൽ സമയം രാത്രി പന്ത്രണ്ടുമണി മുതൽ നാലുമണിവരെ യാണെങ്കിലും ഇന്നിത്തിരി നേരത്തെയിറങ്ങിയതാണ്. നേരെ ചെന്നു ചാടിയത് മണ്ടൻ മൂസയുടെ മുന്നിൽ. ഒളിക്കാൻ ഒരിട മുണ്ടായത് നന്നായി. ഈ അരയാലിന് നൂറു സ്തുതി.

കള്ളൻ കുമാരൻ എന്ന സ്ഥാനക്കയറ്റം ബഹുമതിയായി കൊണ്ടുനടക്കുവാൻ തുടങ്ങിയിട്ട് കാലം കുറച്ചായി.

നാലു ദിവസം മുമ്പെ കയറിയത് ചെറിയൊരു ഓടിട്ട വീട്ടിലാണ്. രാത്രി ഒരുമണിക്കു കയറി. ഓടിളക്കി മാറ്റുവാൻ പ്രയാസമുണ്ടാ യില്ല. ചായ്പ്പിലുള്ള കാൽപ്പെട്ടിയിൽ തപ്പി നോക്കി. മടക്കിവച്ച മുണ്ടുകൾക്കിടയിൽ നിന്ന് കുറച്ചുപണം കിട്ടിയ ഉടനെ പുറത്തി റങ്ങി. മൂന്നാലു ദിവസത്തേക്ക് ഇനി കഷ്ടപ്പെടേണ്ട ആവശ്യമില്ല. പണം കഴിയുന്നതുവരെ ഉടുമുണ്ടിന്റെ കോന്തലയിൽ കെട്ടി നടക്കേണ്ട അവസ്ഥയാണ്. ആരേയും ഈ കാലത്ത് വിശ്വസിക്കാൻ കൊള്ളൂലാ.

പിന്നീട് കക്കാൻ കയറിയിട്ടില്ല.

കുറച്ചു ദിവസത്തേയ്ക്ക് ഇതുണ്ടല്ലോ. പക്ഷേ, ഓട്ടക്കയ്യാണ്. ഒരു ചില്ലിപോലും അതിൽ ബാക്കിയില്ല. കരുതിയിരുപ്പായി കൊണ്ടു നടക്കുന്ന നാലഞ്ചുനോട്ടുകൾ മാത്രമുണ്ട് ബാക്കി.

അതിനാലാണ് ഇന്ന് നേരത്തെ ഇറങ്ങിത്തിരിച്ചത്. സമയമുണ്ടെങ്കിൽ ഇന്ന് തഞ്ചത്തിൽ പലതും ഒപ്പിക്കണം.

റോഡിലൂടെ നടന്ന് കവലയിൽ എത്തിയപ്പോഴാണ് മണ്ടൻമൂസ പോലീസ് കാവൽ നിൽക്കുന്നത് കണ്ടത്. രാത്രി പതിനൊന്ന് മണിയായിട്ടേയുള്ളു.

മണ്ടൻമൂസയും താനും ഒരേ ക്ലാസ്സിൽ പഠിച്ചവരാണ്. അതുപോലെതന്നെ മൂസയുടെ പെങ്ങൾ സീനത്തും തന്റെ പെങ്ങൾ ജാനകിയും ഒരേ ക്ലാസ്സിലായിരുന്നു. അതിലുപരി രണ്ടു പെങ്ങന്മാരും ഇണപിരിയാത്ത കൂട്ടുകാർ.

മൂസയുടെ വാപ്പ മുഹമ്മദ് പോലീസിലായിരുന്നു. അദ്ദേഹം ദേശസ്നേഹിയായിരുന്നു.

എന്നും പറയുമായിരുന്നു...

"എടീ മൈമൂനേ... കുമാരന്റെ കൂടെ കൂടിയതു കൊണ്ട് ഞമ്മന്റെ മോൻ പെഴച്ചു പോവൂലാ. കുമാരൻ ബുദ്ധിയുള്ളോനാ... അവൻ പഠിച്ചു മിടുക്കനാവും"ന്ന്.

അച്ഛനാരാണെന്നറിയാതെ വളർന്നവരാണെങ്കിലും കുമാരനും ജാനകീം ഞമ്മന്റെ കുട്ടികളെപ്പോലെത്തന്നേന്ന് മമ്മദ് പോലീസ് പറയുന്നതു കേൾക്കുമ്പോൾ ഒരാശ്വാസമാണ്. പാഴ്ജന്മമായി പഴിക്കാതെ മമ്മദ് പോലീസ് നെഞ്ചോടു ചേർക്കുമ്പോഴും ഉള്ളിലൊരു നീറ്റൽ അനുഭവപ്പെട്ടിരുന്നു.

പിതൃസ്ഥാനത്ത് ആരെ നിർത്തും?

സ്കൂളിൽ അച്ഛന്റെ പേരിന്റെ സ്ഥാനം ശൂന്യമാണ്. തള്ളയോടു ചോദിച്ചാൽ കയർക്കും. തള്ള തെണ്ടിച്ചുണ്ടാക്കി തിന്നാൻ തരണത് തന്നെ മിച്ചം.

അപ്രതീക്ഷിതമായിട്ടാണ് മമ്മദ് പോലീസ് നിര്യാണപ്പെട്ടത്. ആക്സിഡന്റായിരുന്നെന്നും ആരോ ചതിച്ചു കൊന്നതാണെന്നും പറയുന്നുണ്ട്.

മണ്ടനായിരുന്നെങ്കിലും മൂസ വാപ്പയുടെ സർവീസിൽ കയറി പോലീസായി. സ്ത്രീവിഷയത്തിൽ അതീവതല്പരനായതു കൊണ്ട് ഒരു അഴിഞ്ഞുലഞ്ഞ ജീവിതം.

സ്റ്റേഷനിൽ തന്നെ കൊണ്ടു നിർത്തിയാൽ അവന് ദയാദാക്ഷിണ്യമൊന്നുമില്ല. തന്റെ സഹപാഠിയായിരുന്നെന്നോ... അവന്റെ ദാരിദ്ര്യത്തിന്റെ മൂർദ്ധന്യാവസ്ഥയാണെന്നോ ഒന്നും നോക്കില്ല. പൊക്കിൾക്കുഴിയിൽ പിടിച്ചൊരു തിരുമ്പുണ്ട്. സ്വർഗം കണ്ടുപോകും.

മൂസയുടെ കയ്യിൽപ്പെടാതെ സൂക്ഷിക്കണം. മൂസ സ്ഥലം കാലിയാക്കുന്നതു വരെ ഈ അരയാൽ വൃക്ഷമാണ് തനിക്കു തുണ. ഇവിടെ ഇരിക്കുക തന്നെ.

മമ്മദ് പോലീസ് മരിക്കുന്നതിനു മുമ്പ് മൂസയുമായി തെറ്റിപ്പിരിഞ്ഞതാണ്. മൂസ തന്റെ പെങ്ങൾ ജാനകിയെ വരുതിയിലാക്കാൻ ശ്രമിക്കുന്നെന്നൊരു തോന്നൽ. ഐസ്ഫ്രൂട്ട് വാങ്ങിക്കൊടുത്ത് അവളുടെ ഇഷ്ടം നേടിയെടുക്കാൻ ശ്രമിക്കുകയും ചെയ്തു. അത് അനുകൂലിക്കാൻ കഴിഞ്ഞില്ല. മണ്ടൻമൂസ എത്തരക്കാരനാണെന്ന് കൊച്ചിലേ അറിയാം. ഒരു ദിവസം ഐസ്ഫ്രൂട്ട് വാങ്ങി കൊതിപ്പിച്ച് ജാനകിയുടെ കയ്യിൽ കടന്നു പിടിച്ചത് ഇഷ്ടപ്പെടാതെ അവന്റെ മുതുകിനിട്ടൊരു തൊഴികൊടുത്തു. അന്ന് തെറ്റിപ്പിരിഞ്ഞതാണ്.

ആ കാലത്തുതന്നെയായിരുന്നു മമ്മദ് പോലീസിന്റെ മരണവും. മൂസ ചെയ്യുന്ന തെറ്റിന്റെ തീവ്രത മനസ്സിലാക്കിക്കൊടുക്കുവാൻ പിന്നീട് മമ്മദ് പോലീസും ഇല്ലാതെപോയി. മൈമൂന താത്തയ്ക്ക് മകന്റെ ദുർനടത്തത്തിൽ നിസ്സഹായയായി നോക്കി നിൽക്കാനേ കഴിഞ്ഞുള്ളു.

ഇനിയും മണ്ടൻമൂസ പോയില്ലല്ലോ. വയറുന്തി വെള്ളമിറക്കി നിൽക്കുന്ന നിൽപ്പു കണ്ടാൽ പണ്ട് മുതുകിനിട്ട് തൊഴിച്ച തൊഴി പോലൊന്ന് തരപ്പെടുത്തിയാലോന്ന് തോന്നിപ്പോകും. സ്റ്റേഷനിലെത്തിയാൽ പ്രതികളുടെ പൊക്കിൾക്കുഴി പിടിച്ചുള്ള തിരുമ്പലുകൾ നാട്ടിലെങ്ങും പ്രസിദ്ധമാണ്.

തനിക്കും പെങ്ങൾക്കും പഠിക്കാനുള്ള പുസ്തകങ്ങൾ വാങ്ങാനും നിത്യചെലവിനും തള്ള ബുദ്ധിമുട്ടുന്നു എന്ന് നന്നായി അറിയാമായിരുന്നു. അതോടെ രണ്ടുപേരും പഠനം പത്തുകഴിഞ്ഞ് നിർത്തി. പെങ്ങളുടെ ഉടുതുണിയ്ക്കു വേണ്ടിയാണ് ആദ്യം അഞ്ച് തേങ്ങ മോഷ്ടിച്ചത്. കർക്കടകത്തിൽ ദാരിദ്ര്യം വന്നപ്പോൾ പത്തു തേങ്ങ കട്ടു. തൊണ്ടിയോടെ പിടിക്കപ്പെട്ടു. അങ്ങനെ കള്ളനായി. പെങ്ങൾ വളർന്നു. ഇരുപത്തിരണ്ടു വയസ്സ്. പുരനിറഞ്ഞു നിൽക്കുകയാണ്. വഴിയിലൂടെ പോകുന്നവരുടെ ചൂളംവിളികൾ. തള്ള ഒന്നും ശ്രദ്ധിക്കുന്നില്ല. പറഞ്ഞിട്ടു കാര്യമില്ലല്ലോ. എഴുന്നേറ്റു നിൽക്കാൻ പോലും ഉള്ള ആരോഗ്യം തള്ളക്കില്ലാതായി.

വൈകീട്ട് കുടിയിൽ വരുമ്പോൾ കഞ്ഞിയും ചമ്മന്തിയും ഉണ്ടാകും. എവിടെ നിന്നു കിട്ടുന്നെന്ന് വിശപ്പിന്റെ ആധികൃത്തിൽ നോക്കാറുമില്ല. ആരോ ഒരാൾ ദിവസവും താനില്ലാത്ത നേരത്ത് കുടിയിലെത്തുന്നുണ്ടെന്ന് ഒരു വിവരം കിട്ടി. കിടന്നകിടപ്പിൽ തള്ള പോയി.

ഒരു ദിവസം വീട്ടിൽ വന്നപ്പോൾ പെങ്ങളുമില്ല. എന്നും വരാറുള്ള ഒരുത്തന്റെ കൂടെ ഇറങ്ങിപ്പോയെന്ന് നാട്ടുകാർ പറഞ്ഞറിഞ്ഞു.

മണ്ടൻമൂസയേക്കാൾ പരമാണ് സ്റ്റേഷനിലെ കോൺസ്റ്റബിൾ കുട്ടൻപിള്ള. മലർന്നു കിടക്കും. പ്രതികൾ അയാളുടെ തലയിലെ പേൻ നോക്കണം. എല്ലാം കഴിഞ്ഞാൽ പ്രതികൾക്ക് ചായയും പഴംപൊരിയും വാങ്ങിച്ചു കൊടുക്കുന്ന അയാളുടെ സവിശേഷ രീതി ചിലപ്പോൾ ഒരനുഗ്രഹമാകാറുണ്ട്. നല്ലൊരു ചായയും പഴംപൊരിയും കിട്ടുമല്ലോ.

ഓർത്തിരുന്ന് സമയം പോയതറിഞ്ഞില്ല. മണ്ടൻമൂസയെ കാണുന്നില്ലല്ലോ? കൊണിച്ചിക്കൂട്ടങ്ങളെ കാണാഞ്ഞ് അവൻ പോയിട്ടുണ്ടാകും.

ഈ ഇടവഴിയിൽക്കൂടി കയറാം. വഴിയുടെ അരികിലുള്ള ചെറിയൊരു കുടിൽ. അതിനുള്ളിൽ ചിമ്മിനിവിളക്ക് കത്തുന്നുണ്ട്. പിന്നിലെ വാതിൽ തുറന്നു കിടക്കുന്നു. അകത്ത് സംസാരം. പിന്നിലെ വാതിലിലൂടെ നോക്കിയപ്പോൾ രണ്ടു മൂന്നു ആൺരൂപങ്ങൾ. ഒരു

സ്ത്രീരൂപം വാതിൽക്കൽ ചിമ്മിനിയുടെ പ്രകാശത്തിൽ വ്യക്തമായി കാണാം. സ്ത്രീരൂപത്തിന്റെ വേഷവിധാനം അലക്ഷ്യമായി കിടക്കുന്നത് കണ്ണിൽ തറച്ചു കുത്തുന്നു. വീടിനകത്തുള്ള ആണുങ്ങൾ പോകാനൊരുങ്ങുകയാണെന്ന് തോന്നുന്നു. ഒരുത്തൻ സ്ത്രീയുടെ ബ്ലൗസിനുള്ളിൽ കുറച്ചു പണം തിരുകി കയറ്റുന്നുണ്ട്. ഇരുണ്ട വെളിച്ചത്തിൽ സ്ത്രീരൂപത്തിന്റെ മുഖം വ്യക്തമല്ല. പക്ഷേ, അവളുടെ അംഗചേഷ്ടകൾ കണ്ടിട്ട് ബ്ലൗസിനുള്ളിലേക്ക് കയറിയ കാരിരുമ്പിന്റെ ശക്തിയുള്ള കൈപ്രഹരമേറ്റ് വേദനയാൽ പുളയുന്നതുപോലുണ്ട്.

ആണുങ്ങൾ പുറത്തേക്കു വരികയാണല്ലോ. ഈ വാഴയുടെ മറവിൽ നിൽക്കാം.

അവൾ മുന്നിലെ വാതിൽ തുറക്കുന്നുണ്ടല്ലോ. വെളിച്ചം ഒരു കൈകൊണ്ട് പൊത്തിപ്പിടിച്ചിട്ടുണ്ട്. മുൻവാതിലിലൂടെ മൂന്നുപേർ വസ്ത്രങ്ങൾ പൂർണമായി ധരിച്ച് ഇറങ്ങുന്നു. നിഴൽ പോലെ കണ്ടിട്ട് ഒരു മുപ്പതുമുപ്പത്തിരണ്ടു വയസ്സുകാരി.

ഇതുവരെ ഒരു വീട്ടിൽ കയറിയാൽ കക്കുക മാത്രമാണ് തന്റെ തത്ത്വശാസ്ത്രം. വൈകാരികമായ ഒരു ലോലചിന്തയും തന്നെ കടന്നാക്രമിച്ചിട്ടില്ല. ഇവിടെ ഈ സ്ത്രീയിൽ നിന്ന് പ്രതിഷേധം ഉണ്ടാവാൻ തരമില്ല. താനും ഒരാണല്ലേ? കട്ടും തിന്നും ജീവിച്ചാൽ മതിയോ? ആയ കാലത്ത് ഒരു ഇണയെ കണ്ടെത്താനും കഴിഞ്ഞില്ല. കള്ളനോടൊപ്പം വല്ലവരും പൊറുക്കേണ്ടെ?

എന്തായാലും ഇവിടെനിന്ന് ഇനി കാശു വേണ്ട. അടുക്കള വാതിൽ തള്ളിത്തുറന്ന് കയറാം. അവൾ മുൻവാതിൽ അടച്ച് കിടക്കാൻ പോയതാണോ? അതോ, ഇന്നത്തെ വരുമാനം എണ്ണിത്തിട്ടപ്പെടുത്തുകയാണോ? അരണ്ട വെളിച്ചത്തിൽ ഒന്നും വ്യക്തമല്ല. തീപ്പെട്ടി ഉരച്ചു നോക്കി. എട്ടും പത്തും വയസ്സു തോന്നിക്കുന്ന കൊലുന്നനെയുള്ള രണ്ടു പെൺകുട്ടികൾ കിടന്നുറങ്ങുന്നുണ്ട്. തൊട്ടടുത്ത ചായ്പ്പിലേക്ക് കയറി നോക്കാം. വീണ്ടും തീപ്പെട്ടിയുരച്ചു.

തേയ്ക്കാത്ത ചുമരിൽ തൂങ്ങിക്കിടക്കുന്നത് തള്ളയുടെ ഫോട്ടോയല്ലേ?

പരിഭ്രമിച്ച് ചായ്പ്പിനോടു ചേർന്ന ചെറിയ വരാന്തയിലേക്ക് കയറി. തളർന്നുറങ്ങുകയാണ് അവൾ. തന്റെ അരയിലെ പൊതി തപ്പി നോക്കി. മുണ്ടിന്റെ കോന്തലയഴിച്ചു. അത്യാവശ്യത്തിനു വെച്ച കാശു പൊതി. ശരീരത്തോട് ഒട്ടിച്ചേർന്ന് വിയർത്തിരിക്കുന്നു. തന്റെ അവസാന സമ്പാദ്യം. എടുത്ത് അവളുടെ കാൽക്കൽ വെച്ചു.

പിടിയ്ക്കപ്പെട്ടാൽ ആളറിയാതിരിക്കാൻ മുഖത്തു തേയ്ക്കാനായി ഒരു ഡപ്പിയിൽ സൂക്ഷിച്ചിരുന്ന കളർപ്പൊടി എടുത്ത് പുറംവാതിലിൽ എഴുതി.

"ജീവിക്കാനായി കെട്ടിയ വേഷമാണെങ്കിൽ അഴിച്ചിടുക. പെങ്ങൾക്ക് ആങ്ങളയുണ്ട്. ഇനി മുതൽ കള്ളൻ കുമാരനല്ല. അധ്വാനിച്ച് പെങ്ങളെ പുലർത്തുന്നവൻ... കുമാരൻ."

നടക്കുമ്പോൾ വേച്ചു പോവാതിരിക്കാൻ പരുപരുത്ത ചുമരുകൾ പിടിച്ചിറങ്ങി. വീണുപോവാതിരിക്കാൻ നാട്ടുവെളിച്ചത്തിനായി അയാൾ പരതി. പുറത്തിറങ്ങി. എങ്ങോട്ടെന്നില്ലാതെ ശരം കണക്കെ ഓടി. ദൂരേയ്ക്ക്... കാണാമറയത്ത് ഒരു കൊച്ചു നക്ഷത്രം അയാൾക്കു വഴികാട്ടി.

~~~
~~~

എന്നു വർണ്യത്തിലാശങ്ക

കേന്ദ്രീയ വിദ്യാലയത്തിലാണ് പഠിച്ചത്. അതുകൊണ്ടുതന്നെ പത്താംക്ലാസ്സുവരെ ഔപചാരികമായി മലയാളം പഠിച്ചിട്ടില്ല. അങ്ങനെയുള്ള 'മാതൃഭാഷാസ്നേഹി'യായ വിദ്യാർത്ഥിക്ക് പതിനൊന്നാം ക്ലാസ്സിൽ മലയാളം പഠിക്കണം. വല്ലാത്തൊരു റിസ്ക്കാണ് ഞാൻ ഏറ്റെടുത്തത്. എങ്കിലും പറഞ്ഞു... "നോക്കാം നമുക്ക് ശ്രമിച്ചാൽ കഴിയാത്തതായി ഒന്നുമില്ലല്ലോ..."

"പക്ഷേ, ടീച്ചർ... അവനെ വീട്ടിൽ നിന്ന് മലയാളം പഠിപ്പിച്ചിട്ടുണ്ട്. പത്രം ദിവസവും രാവിലെ വായിപ്പിക്കാറുമുണ്ട്." അവന്റെ ഉപ്പ ഒരിക്കൽ പറയുകയുണ്ടായി.

വായനയെക്കുറിച്ച് ഒരു ഖണ്ഡിക എഴുതുവാൻ ആവശ്യപ്പെട്ടപ്പോൾ അവൻ കുഴപ്പമില്ലാതെ നാലഞ്ചു വരികൾ കുറിച്ചു. അവന് അക്ഷരങ്ങൾ അറിയാമെന്നുള്ള ചിന്ത എനിക്ക് ആശ്വാസം പകരുകയും ചെയ്തു.

ക്ലാസ്സിൽ വായിക്കുവാനുള്ള സാഹചര്യങ്ങൾ... എഴുതുവാനുള്ള പ്രവർത്തനങ്ങൾ... ഒരുപാട് ഒരുക്കിക്കൊടുക്കുമ്പോഴും സഹജമായ മടി അവനെ ഇടയ്ക്കിടയ്ക്ക് എഴുത്തിൽ നിന്നും പിൻവലിക്കും. വീണ്ടും പ്രോത്സാഹനത്തിന്റെ... പ്രചോദനത്തിന്റെ... വിവിധ തലങ്ങൾ സ്വീകരിച്ച് അവന് പകർത്തി എഴുതുവാനായി കുറേ ചോദ്യോത്തരപംക്തി നൽകും. അവന്റെ മലയാളപഠനം അങ്ങനെ പുരോഗമിച്ചുകൊണ്ടിരിക്കുകയാണ്.

ക്ലാസ്സിൽ അലങ്കാരങ്ങൾ പഠിപ്പിക്കുകയാണ്. "കവിതയുടെ ചമത്കാരം വർദ്ധിപ്പിക്കുന്ന അലങ്കാരങ്ങൾ... നാം ശരീരത്തിൽ അണിയുന്ന ആഭരണങ്ങൾ നമ്മുടെ ഭംഗി കൂട്ടുന്നതുപോലെ..." എന്ന് പറഞ്ഞു നിർത്തി. ഉൽപ്രേക്ഷാലങ്കാരത്തിന്റെ ലക്ഷണവും ഉദാഹരണവും വിഭാഗങ്ങളും വിവരിച്ചപ്പോൾ അവൻ എന്നോടൊരു ചോദ്യം ചോദിച്ചു.

"അത് ഒരു മലയാളം ചലച്ചിത്രമല്ലേ ടീച്ചർ...?"

"ഏത്?"

"അതുതാനല്ലയോ ഇത്, എന്നു വർണ്യത്തിലാശങ്ക എന്നത്."

ആധുനിക സിനിമകളെക്കുറിച്ച് വലിയ പിടിയില്ലാത്ത ഞാൻ കുഴങ്ങി.

"അങ്ങനെയൊരു സിനിമയുണ്ടോ?"

പെൺകുട്ടികൾ ഒന്നടങ്കം പറഞ്ഞു "ഉണ്ട് ടീച്ചർ; കുഞ്ചാക്കോ ബോബനാണ് നായകൻ."

ഞാൻ പറഞ്ഞു "അൻവർ, ഇത് മലയാള അലങ്കാരശാസ്ത്രമായ 'ഭാഷാഭൂഷണ'ത്തിൽ ഏ.ആർ രാജരാജവർമ്മ എഴുതിവെച്ച ഉൽപ്രേക്ഷയുടെ ലക്ഷണമാണ്." ആ സമയത്ത് അവന്റെ മുഖമൊന്നു കാണേണ്ടതായിരുന്നു.

ഒട്ടുകളിയായി അവന്റെ ആത്മഗതവും കേൾക്കാമായിരുന്നു.

"ഈ സിനിമാക്കാർക്കെല്ലാം മലയാളം അലങ്കാരവും ഗ്രാമറും വേണമെന്നായി, ല്ലെ പേരിടാൻ..."

ഞാനൊന്നു ചിരിച്ചു.

ചലച്ചിത്രപടുക്കളായ അപർണ്ണ ടീച്ചറോടും സന്ധ്യടീച്ചറോടും ചോദിച്ച് പ്രസ്തുത സിനിമയുടെ വിശദവിവരങ്ങൾ മനസ്സിലാക്കിക്കൊള്ളാം എന്നൊരുറപ്പ് അവർക്കു നൽകുകയും ചെയ്തു.

എപ്പോഴും ഒരു 'ദേവാസുര'വും 'ചിത്ര'വും 'തനിയാവർത്തന'വും ഒക്കെ വെച്ച് പയറ്റുന്ന എന്റെ ചലച്ചിത്രപരിജ്ഞാനം അവർ അളന്നിട്ടുണ്ട്.

പരീക്ഷയ്ക്ക് 'കോകസ്ത്രീ വിരഹത്തീയിൻ പുകയല്ലോ തമസ്സിത്' എന്ന ഉൽപ്രേക്ഷയുടെ ഉദാഹരണം വ്യാഖ്യാനിച്ച് ലക്ഷണസമന്വയം ചെയ്യുവാനുള്ള ചോദ്യം.

"അൻവർ വല്ല സിനിമാക്കഥയും എഴുതി വെയ്ക്കും ടീച്ചറേ..." എന്ന പെൺകുട്ടികളുടെ പ്രവചനം ശരിയായിത്തീരുമോ?

പരീക്ഷ കഴിഞ്ഞ ദിവസം വൈകീട്ടുതന്നെ അൻവറിന്റെ ഉത്തര ക്കടലാസ് നോക്കി. അവൻ എന്നെ ഞെട്ടിച്ചുകൊണ്ട് ഉൽപ്രേക്ഷ യുടെ ലക്ഷണവും ഉദാഹരണവും വിഭാഗങ്ങളും എല്ലാം വിശദ മായി എഴുതിയിരിക്കുന്നു.

എന്നാലോ ഉപമാലങ്കാരത്തെക്കുറിച്ചുള്ള ചോദ്യത്തിന് ഒരു വരി പോലും ഉത്തരമായി എഴുതിയിട്ടില്ല. ഞാനവനോടു ചോദിച്ചു.

"ഉൽപ്രേക്ഷ ഇത്രമനോഹരമായി പഠിച്ചെഴുതിയ അൻവർ എന്താണ് ഉപമ പഠിക്കാതെ വന്നത്? ഉൽപ്രേക്ഷയേക്കാൾ പഠി ക്കാൻ എളുപ്പമാണല്ലോ?"

അവൻ പറഞ്ഞു "അതാരും സിനിമയാക്കിയിട്ടില്ല ടീച്ചറേ... അതു കൊണ്ടിച്ചിരി കടുപ്പാ..." കണ്ണിറുക്കി ഒരു ചിരിയും ചിരിച്ച് അൻവർ നിൽക്കുമ്പോൾ ക്ലാസ്സിൽ ഒരു കൂട്ടച്ചിരി മുഴങ്ങുന്നുണ്ടായിരുന്നു.

ആ സമയം...

'ഒന്നിനൊന്നോടു സാദൃശ്യം ചൊന്നാലുപമയാമത്.'

എന്ന പേരോടുകൂടി, അവനിഷ്ടമുള്ള നായികാനായകന്മാരുടെ ചിത്രത്തോടുകൂടി കവലയിൽ ഒരു ഫ്ളക്സ് സ്ഥാനം പിടിച്ചിരു ന്നെങ്കിൽ... എന്നു ഞാൻ വെറുതെ ആശിച്ചു.

~~~
~~~

ഇട്ട്ള്

വേനലവധിക്ക് സ്കൂൾ പൂട്ടിയാൽ വള്ളുവനാട്ടിലെ 'ത്രാങ്ങാലി' എന്ന ഗ്രാമത്തിൽ എല്ലാവർഷവും പോകാറുണ്ട്. അവിടം വിട്ടു പോരാൻ മനസ്സനുവദിക്കില്യാ. ബാല്യ കൗമാരം അനുഭവസമൃദ്ധ മാക്കിയ ഇടമാണ്. പട്ടണത്തിലെ അധ്യാപനത്തിനിടയിൽ കിട്ടുന്ന ചെറിയൊരു ഇടവേള. ആര്യങ്കാവ് പൂരോം കാണാം, തറവാടിന് സമീപമുണ്ടായിരുന്ന ഇട്ട്ള്ന് കാലക്രമേണ വന്ന മാറ്റ മൊന്ന് നോക്കിക്കാണുകേം ആവാം.

ഇത്തവണ പോയപ്പോൾ രാമുട്ട്യേട്ടനെ കണ്ടു. രാമുട്ട്യേട്ടന് ഒരു മാറ്റോല്യാ. പഴയ ഇട്ട്ള്ന്റെ അവശിഷ്ടങ്ങളിലൂടെ നടന്ന്, ചെമ്പുള്ളി തറവാടിന്റെ ഒരു കിലോമീറ്ററപ്പുറം സുബ്രഹ്മണ്യൻ കോവിലിനോടു ചേർന്നുള്ള, പണ്ടത്തെ പ്രതാപം ക്ഷയിച്ച രാമു ട്ട്യേട്ടന്റെ നായർ തറവാടിൽ ചെന്നു കയറി. രാമുട്ട്യേട്ടൻ നവതിയി ലെത്തി നിൽക്കുണു. ഇപ്പോഴും ഊർജ്ജസ്വലൻ തന്നെ! കോവിഡ് കാലമായതിനാൽ പുറത്തിറങ്ങുന്നില്ലത്രെ. വേലേം പൂരോം താല പ്പൊലിം ഒന്നൂല്യല്ലോ.

രാമുട്ട്യേട്ടൻ പഴങ്കഥകളുടെ കെട്ടഴിച്ചു. എന്റെ കൗമാരകാലത്ത് രാമുട്ട്യേട്ടൻ ഇട്ട്ള്നെ പറ്റി പറയുന്ന കഥകളുടെ ചിത്രം മനസ്സിൽ തെളിഞ്ഞു വന്നു.

വള്ളുവനാട്ടുകാരുടെ ഇടവഴികൾ എല്ലാം ഒരു കാലത്ത് ഇട്ട്ളായിരുന്നു! നിന്നുതിരിയാനിടല്യാത്ത ഈ ഇട്ട്ള്ലിട്ട് എന്തു ചെയ്താലും ആരും കാണുകേം ഇല്ല... ചോദിക്കേം ഇല്ല.

പുഷ്കരനും രാജ്യോപ്പയും തമ്മിലുള്ള അഗാധ സ്നേഹബന്ധത്തിന്റെ കഥ നാട്ടിലെങ്ങും പരന്നപ്പോൾ തമ്പ്രാക്കൾക്ക് അഭിമാനക്ഷതം! രാജ്യോപ്പ സ്നേഹിച്ച അടിയാളൻ ചെക്കൻ പുഷ്കരനെ ഈ ഇട്ട്ള്ലിട്ടാത്രേ തമ്പ്രാക്കള് വകവരുത്ത്യേ! മർദ്ദിച്ച് ജീവൻ പോയപ്പൊ തമ്പ്രാക്കള് നിർദ്ദേശിച്ച പ്രകാരം കുറുപ്പത്ത് തറവാട്ടുകാരുടെ ചെമ്പൻകുന്നില് പോണ വഴീല് കുഴികുഴിച്ച് മൂടായിരുന്നത്രെ! ചാത്തനും കോരനും തമ്പ്രാക്കളെ പേടിച്ചാണത്രെ പുഷ്കരനെ കൊന്നു എന്നുറപ്പുവരുത്തിയ ശേഷം കുഴിച്ചുമൂടിത്. പുഷ്കരൻ ആ വഴി പോകുന്നത് തഞ്ചം നോക്കി നിന്ന് കണ്ടുപിടിച്ചു തമ്പ്രാക്കളുടെ ചെവിയിലെത്തിക്കാൻ കുറേ ഉപജാപകവൃന്ദങ്ങളും.

പാറനും വെള്ളയും ചിറക്കണ്ടത്തിനു സമീപം നിന്ന് സ്നേഹിക്കണത് കണ്ടാൽ തമ്പ്രാക്കൻമാർക്ക് ഒരരിശം വരാനുണ്ടത്രെ. ചെമ്പുള്ളി തറവാട്ടില് രാമുട്ട്യേട്ടൻ പതിവായി വരണത് നാലും കൂട്ടി മുറുക്കാൻ മാത്രായിരുന്നില്ലല്ലോ. രാമുട്ട്യേട്ടന്റെ യൗവനകാലത്തെ മോഹായിരുന്നു പാറുക്കുട്ടിയമ്മയുടെ കുഞ്ഞനുജത്തി സേതുലക്ഷ്മി. അദ്ദേഹത്തിന്റെ നല്ല കാലത്ത്, ഇട്ട്ള്ന്റെ രണ്ടു ഭാഗവും പടുത്തുയർത്തിയ ഉരുളൻ കല്ല് പൊത്തിപ്പിടിച്ച് കയറി ചെമ്പുള്ളി തറവാട്ടിലേക്ക് എത്തി നോക്കുമായിരുന്നത്രെ.

ഇട്ട്ള്ല് ആകെ ഒരിരുട്ടല്യേ... ഉരുളൻ കല്ലിൻമേൽ ചവിട്ടിനിന്ന് രാമുട്ട്യേട്ടൻ സേതുലക്ഷ്മിയെ മതി തീരും വരെ... കൊതി തീരും വരെ നോക്കിക്കാണുമായിരുന്നത്രെ.

ഇതു കാണുമ്പോൾ നാട്ടിലെ രസികനായ ചന്തുപ്പണിക്കര് മുകളിൽ നിന്ന് ഉരുളൻകല്ല് അടർത്തിയെടുത്ത് താഴേയ്ക്കുരുട്ടി രാമുട്ട്യേട്ടനെ ഭയപ്പെടുത്തുമായിരുന്നത്രെ.

ആളോള് ഒറ്റയ്ക്കങ്ങനെ ഇട്ട്ള്ലൂടെ നടക്കുമ്പോൾ അവരെ പേടിപ്പിക്കാൻ ചന്തുപ്പണിക്കര് ചെയ്യുന്ന വേലയാണത്രെ ഈ കല്ലുരുട്ടൽ. ഭീതിപ്പെട്ട് ആളുകൾ തിരിച്ചോടുമ്പോൾ അയാൾടെ അട്ടഹാസം കണ്ടാൽ അറപ്പും വെറുപ്പും തോന്നാറുണ്ടെന്ന് രാമുട്ട്യേട്ടൻ എപ്പോഴും പറയും.

ചെമ്പുള്ളി തറവാട്ടിലെ പാറുക്കുട്ടിയമ്മയുടെ കുഞ്ഞനുജത്തി സേതുലക്ഷ്മിയും പുത്തില്ലത്തെ ലക്ഷ്മിക്കുട്ട്യേടത്തിയും ഇണപിരിയാത്ത സുഹൃത്തുക്കളായിരുന്നു. കുലീനകളും സുശീലകളും സുന്ദരിമാരുമായ ഇരുവരും പ്രദേശത്തുള്ളവരുടെ കണ്ണിലുണ്ണികളായി വളർന്നുവന്നു. അവരുടെ യൗവന കാലഘട്ടത്തിലുള്ള സൗന്ദര്യം കണ്ടാൽ കവികൾക്ക് ഉപമാനോപമേയങ്ങൾ വേറെ തേടേണ്ട അവസ്ഥയുണ്ടാവില്ലത്രെ. അത്രയ്ക്ക് അഭൗമ സൗന്ദര്യത്തിനുടമകളാണിരുവരും.

പുത്തില്ലത്തെ ലക്ഷ്മിക്കുട്ട്യേടത്തിയെ മനയ്ക്കലെ മൂത്തതിരുമേനി എന്നും ശല്യപ്പെടുത്തുമായിരുന്നത്രെ. മനയ്ക്കലെ തിരുമേനിയായതിനാൽ ഭയപ്പെട്ട് ആ കാര്യത്തിൽ അധികമാരും ഇടപെടാറില്ലായിരുന്നു. തിരുമേനിയുടെ ഉപദ്രവം സഹിക്കവയ്യാതെ ലക്ഷ്മിക്കുട്ട്യേടത്തി പുത്തില്ലത്തു നിന്ന് പുറത്തിറങ്ങുന്നതുപോലും എപ്പോഴെങ്കിലുമാണ്. തറവാട്ടിൽ നിന്നിറങ്ങുമ്പോൾ കൂട്ടുകാരി സേതുലക്ഷ്മിയേയും ഒപ്പം കൂട്ടും. സുബ്രഹ്മണ്യൻ കോവിലില് തൊഴാൻ പോകണമെങ്കിൽ ഇട്ട്ള്ലൂടെ പോയേ പറ്റുള്ളു.

വഴിയിലെ മൂലയ്ക്കുള്ള ഇല്ലിക്കൂട്ടങ്ങള് കണ്ടാൽതന്നെ പേട്യാവും. പര്യാർത്തോരടെ കെഴക്കേ തൊടീന്ന് ചാഞ്ഞ് നിക്കണ ഇല്ലിക്കൂട്ടത്തില് ഇഴജന്തുക്കളങ്ങനെ വിഹരിക്യാത്രെ.

ഒരു സന്ധ്യയ്ക്ക് കോവിലില് തൊഴുത് പാനകവുമായി ഇട്ട്ള്ലൂടെ മടങ്ങുമ്പോൾ മനയ്ക്കലെ മൂത്ത തിരുമേനി പുത്തില്ലത്തെ ലക്ഷ്മിക്കുട്ട്യേടത്തിയെ തടഞ്ഞു നിർത്തിയത്രെ. വായ മൂടിക്കെട്ടി കൈകാൽ കെട്ടിയിട്ട് ഇട്ട്ള്ന്റെ മൂലയ്ക്കിട്ട ലക്ഷ്മിക്കുട്ട്യേടത്തിയെ

കണ്ട് സേതുലക്ഷ്മി വലിയ വായയിൽ കരഞ്ഞെങ്കിലും ആരും കേട്ടില്ല. പര്യാർത്തോരടെ തറവാട്ടില് തെങ്ങിന് തടംമാടുന്ന ചാത്തനും കോരനും ഓടിയെത്തിയെങ്കിലും മനയ്ക്കലെ മൂത്ത തിരുമേനിയെ കണ്ടപ്പോൾ വന്ന വഴി തിരിച്ചു നടന്നത്രെ. ഇട്ട്ള്ന്റെ നടുവില് കെടത്ത്യാത്രെ മനയ്ക്കലെ മൂത്തതിരുമേനി പുത്തില്ലത്തെ ലക്ഷ്മിക്കുട്ട്യേടത്തിയുടെ ജീവിതം നശിപ്പിച്ചത്. കരച്ചില് കേട്ട് പോയവഴി തിരിച്ചുനടന്നു വന്ന അടിയാളൻ കുഞ്ചീര 'ക' 'മ' ന്ന് ഒരക്ഷരം മിണ്ടീല്യാത്രെ. കയ്യിലുണ്ടായിരുന്ന ചൂട്ട് തിരുമേനി കുഞ്ചീരയെ പിടിപ്പിച്ചത്രേ..! അയാൾടെ മോഹം അടങ്ങണവരെ... അന്നേരത്ത് സേതുലക്ഷ്മി ഇല്ലിക്കൂട്ടത്തിനിടയിലേക്ക് മറഞ്ഞിരുന്നതിനാൽ കഷ്ടിച്ച് രക്ഷപ്പെട്ടത്രെ.

മനയ്ക്കലെ തിരുമേനി ലക്ഷ്മിക്കുട്ട്യേടത്തിയെ വേളി കഴിച്ചില്ലെന്ന് മാത്രമല്ല, എവിടെ നിന്നോ ഒരു ഇല്ലത്തമ്മയെ കൊണ്ടന്ന് പൊറുപ്പിച്ചു. അതിലുണ്ടായ സന്താനങ്ങളൊക്കെ ബുദ്ധിക്ക് വെളിവില്ലാത്തോരും.

ലക്ഷ്മിക്കുട്ട്യേടത്തി പുത്തില്ലത്ത് നശിച്ച തിരുമേനീടെ വിത്തിനെ പ്രസവിച്ചു. അത് ചാപ്പിള്ളയായത് ഭാഗ്യായി. പക്ഷേ, പറഞ്ഞിട്ടെന്താ... സംഭവം നടന്ന് രണ്ടു വർഷം കഴിഞ്ഞപ്പോൾ ലക്ഷ്മിക്കുട്ട്യേടത്തി പുത്തില്ലത്തെ അടുക്കളയിൽ നിന്ന് സ്വയം തീ കൊളുത്തി ജീവനൊടുക്കി.

ഈ സംഭവത്തിനുശേഷം ചെമ്പുള്ളി തറവാട്ടിലെ സേതുലക്ഷ്മി മൗനിയായിപ്പോയി. ഒറ്റക്കുട്ട്യോട് മിണ്ടില്ല. ഒരുപാട് മരുന്നും മന്ത്രോം പരീക്ഷിച്ചു നോക്കി. സേതുലക്ഷ്മിയുടെ അസുഖത്തിന് ഒരു മാറ്റവും ഉണ്ടായില്ല. രാമുട്ട്യേട്ടനാണെങ്കിൽ വിവാഹം കഴിക്കാതെ കാലങ്ങളോളം സേതുലക്ഷ്മിക്കു വേണ്ടി കാത്തിരുന്നു. പക്ഷേ, ഒരു ഫലവുമുണ്ടായില്ല.

രാമുട്ട്യേട്ടൻ ഒരു ദിവസം ചെമ്പുള്ളി തറവാട്ടിലെത്തി കാർന്നോരോട് സേതുലക്ഷ്മിയെ ഈ അവസ്ഥയിലും വിവാഹം ചെയ്യാമെന്നുള്ള സന്നദ്ധത പ്രകടിപ്പിച്ചു. കാർന്നോര് വിധോം തരോം

നോക്കി സേതുലക്ഷ്മിയോട് വിവരം അറിയിച്ചപ്പോൾ സേതുലക്ഷ്മി നിർവികാരയായി നിന്നതേയുള്ളുവത്രെ. രാമുട്ട്യേട്ടൻ വിളിച്ചിറക്കി കൊണ്ടുപോകുവാൻ ആവതും നോക്കി. നിരാശയായിരുന്നു ഫലം.

ഇട്ട്ള്ന്റെ ഒരറ്റത്ത്ന്ന് കാവും തറേലെ വെളിച്ചപ്പാടിന്റെ ഒരു വരവ്ണ്ട്. പറേക്കാൻ വരുമ്പോൾ... മൂർദ്ധാവിൽ വെട്ടി... ചോരയൊലിപ്പിച്ച്... ഭഗവത്യേ... പിന്നെങ്കട് കോമരം തുള്ളല്... ഇട്ട്ള്ല് നടന്ന സംഭവങ്ങള് വള്ളിപുള്ളി തെറ്റാതെ ഓരോന്നായി എണ്ണിയെണ്ണിയങ്ങ് പറയും. വാ പൊളിച്ച് ജനങ്ങനെ കേട്ടു നിന്നോളാ... വായനശ്ശാലേടെ മൈതാനത്ത് നിന്നങ്കട് വെളിച്ചപ്പെടാ... പറഞ്ഞതൊക്കെ അച്ചട്ടാവും. സേതുലക്ഷ്മിയെ വെളിച്ചപ്പാട് വിസ്തരിച്ചപ്പോൾ ഒരു ചാഞ്ചല്യവുമില്ലാതെ നിന്നത്രെ. രാമുട്ട്യേട്ടന്റെ അവസാനപ്രതീക്ഷയും നഷ്ടമായി. മുഖം മുഴുവൻ ചോരയൊലിപ്പിച്ച് ഇട്ട്ള്ന്റെ ഇരുളിലേക്ക് ഓടിയ കോമരത്തെ കണ്ടപ്പോൾ മാത്രം സേതുലക്ഷ്മിയുടെ മുഖം ഭയാക്രാന്തമായത്രെ. അതുപോലെ ഒരു ദിവസം കുഞ്ചീര തറവാട്ടിൽ എത്തിയപ്പോഴും സേതുലക്ഷ്മിയുടെ കണ്ണുകൾ നിറഞ്ഞൊഴുകിയെന്നാണ് രാമുട്ട്യേട്ടൻ പറയുന്നത്.

ത്രാങ്ങാലി പ്രദേശത്ത് മിക്കസമയത്തും നടന്നിരുന്ന ദീർഘഗാത്രമുള്ള കാവിലെപ്പാട്ടെ പട്ടത്ത്യാര് ഇന്നില്ല. മാറിടം മറയ്ക്കാതെ, വെളുത്ത മുണ്ടുടുത്ത് തിളങ്ങുന്ന മൂക്കുത്തിയും കല്ലുമാലകളുമണിഞ്ഞ് ഇട്ട്ള്ലൂടെ രാപ്പകൽ ഭേദമെന്യേ നടക്കുമായിരുന്നു. പുകയിലച്ചുരുട്ട് നുള്ളിയെടുത്ത് പല്ലിനിടയിൽ തിരുകിക്കയറ്റി, മുണ്ടിന്റെ കോന്തലയെടുത്ത് മാറത്തെ വിയർപ്പൊപ്പി ചടുലതയോടെ സഞ്ചരിച്ചിരുന്ന പട്ടത്ത്യാരെ ത്രാങ്ങാലി ജനത അങ്ങനെയൊന്നും മറക്കില്ല.

ഒരിക്കൽ പട്ടത്ത്യാരെ പാമ്പുകടിച്ചപ്പോൾ അവരെ ഏറ്റിക്കൊണ്ടോവാൻ തടസ്സായ ഇടുങ്ങിയ ഇട്ട്ള്ലൂടെ നാലുചക്രവാഹനങ്ങൾ ഇരമ്പിപ്പായുന്ന ശബ്ദകോലാഹലങ്ങൾ ലക്ഷ്മിക്കുട്ട്യേടത്തിയുടെയും സേതുലക്ഷ്മിയുടെയും കരച്ചിലിനേക്കാൾ പതിൻമടങ്ങിൽ ഉയർന്നു പൊങ്ങുന്നു.

ഇട്ട്ള്ന്ന് പാമ്പുകടിയേറ്റ കാവിലെപ്പാട്ടെ പട്ത്ത്യാര് ചത്തിട്ടാത്രെ വിഷവൈദ്യന്റടുത്തെത്തിയത്. അടിയാളൻ ചെക്കൻ പുഷ്കരന്റെ കൊലയ്ക്കു ശേഷം നട്ടുച്ചയ്ക്ക് ഇട്ട്ള്ല് മൊയ്യത്തെ രാജ്യോപ്പ കുളീം കഴിഞ്ഞ് മുടി വിടർത്തീട്ടങ്ങനെ യക്ഷ്യേപ്പോലെ നടക്ക്ണ്ടാവുംത്രെ. സമനില തെറ്റിയ രാജ്യോപ്പയ്ക്ക് ഒരു ചികിത്സകളും ഫലിച്ചില്ലത്രെ. ഇട്ട്ള്ന്റെ ഒരറ്റത്ത് ഇപ്പഴും പൊട്ടുപോലെ കാണുന്നൊരു നാഗത്തറേണ്ട്. തറ്യൊക്കെ ഭൂമിയ്ക്കടീലാ... നാഗത്തിന്റെ തല മാത്രം കാണാം. കലികാലം വന്നാൽ ഈ സർപ്പം മനുഷ്യരെയൊക്കെ ഒന്നോടെ വിഴുങ്ങുംത്രെ. അതിനിനി താമസമില്ലെന്നാണ് രാമുട്ട്യേട്ടന്റെ പറച്ചിൽ. ഇന്നത്തെ സമൂഹത്തിൽ ഇട്ട്ള് ഇരുളിൽ മാഞ്ഞുപോയതുപോലെ ത്രാങ്ങാലിയിലെ രാമുട്ട്യേട്ടന്റെ ഓർമകളും ഒരു വള്ളുവനാടൻ കഥയായി തീരുമായിരിക്കും!

~~~
~~~

കണ്ടറിയാത്തവൻ കൊണ്ടറിയട്ടെ

ചക്രവർത്തിയാണെന്നുള്ള അഹംഭാവമൊന്നും താൻ വച്ചു പുലർത്താറില്ലല്ലോ. മറ്റെല്ലാ കണ്ടങ്ങളും എന്റെ സാമന്ത രാജാക്കന്മാരല്ലേ... അവരെ ചൂഷണം ചെയ്യണമെന്ന അതിമോഹം പണ്ടേയില്ലാത്തതാണ്. ചെറുകണ്ടം മാത്രം കുറച്ചൊരു സൂത്രശാലിയാണ്. അവന്റെ കുറുകിയ ശരീരംവച്ച് എല്ലാവേലത്തരങ്ങളും ചെയ്യും. ചിറയിൽ നിന്നു ഏത്തം ഉപയോഗിച്ച് തേവുന്ന നീര് പാറക്കണ്ടം, കിഴക്കേകണ്ടം, പടിഞ്ഞാറ്റക്കണ്ടം, നടുക്കൊള്ളിക്കണ്ടം എന്ന് വേണ്ട എല്ലാവരും ആവശ്യത്തിന് ഉപയോഗിച്ച് ബാക്കി ചെറുകണ്ടത്തിലേക്കൊഴുക്കും. ചെറുകണ്ടത്തിന്റെ ആവശ്യംകഴിഞ്ഞാൽ ബാക്കിയുള്ളത് വലിയ കണ്ടമായ തന്നിലേയ്ക്കെത്തും എന്ന് പ്രതീക്ഷിച്ചാണ് അവർ കൂടുതൽ വിഭവങ്ങൾ ഉപയോഗപ്പെടുത്താത്തത്. പക്ഷേ, ഇവന് മാത്രം ആവശ്യം കഴിഞ്ഞാലും വെള്ളവും വളവും അവന്റടുത്ത് കുറച്ച് ശേഖരിച്ചു വെയ്ക്കണം.

അതോണ്ടെന്നെ എന്താ കൃഷി തഴച്ച് വളർന്ന് നല്ല വിളവെടുപ്പ് കിട്ടുന്നത് അവന്റടുത്താണല്ലോ... പാറക്കണ്ടത്തിനെ പറഞ്ഞിട്ട് കാര്യമില്ല. അവിടവിടെയായി മുഴുവൻ പാറകളാണ്. അവന് മണ്ണിനടിയിൽ ഒന്നും പൂത്താൻ കഴിയില്ലല്ലോ. ബാക്കിയുള്ളവർ തന്നെ സ്നേഹിച്ചാണേലും പേടിച്ചാണേലും കപ്പം തരുന്നുണ്ട്. അവർക്കൊന്നും താങ്ങാൻ പറ്റാത്തത് ചെറുകണ്ടത്തിന്റെ നെഗളിപ്പാ... ഇത്തിരിപ്പോന്നവൻ... പറഞ്ഞിട്ടെന്താ കാര്യം... എല്ലാ മനുഷ്യർക്കും

അവനെയാണിഷ്ടം. രണ്ടു വിളകൾ മാത്രം ചെയ്യുന്ന ഞങ്ങടെ സ്ഥാനത്ത് അവന്റടുത്ത് മൂന്നും നാലും വിള.

കള പറിച്ച്, കാളപൂട്ടി, എന്നും ഉഴിച്ചിലും പിഴിച്ചിലും ധാരയും കിഴിയും... ഇത്തിരി അഹങ്കാരം കൂടീട്ട്ണ്ട് കുറച്ചായിട്ട്. വലിയ കണ്ടമാണെന്നും ചക്രവർത്തിയാണെന്നും പറഞ്ഞിട്ടെന്താ കാര്യം എന്നൊരു ചോദ്യം തന്നോടു ചോദിക്കണപോലെ.

നടക്കട്ടെ... നടക്കട്ടെ... എല്ലാം നടക്കട്ടെ. കാലം കഴിയുമ്പോൾ കാണാം. മണ്ണിന്റെ പശിമയെല്ലാം നശിച്ച് വെറും പൊടിമണ്ണായി കിടക്കുമ്പോൾ അവൻ വരും. കൈ വിടല്ലേ... മാപ്പാക്കണേന്ന് പറഞ്ഞിട്ട്... കാര്യം കഴിഞ്ഞാ മനുഷ്യരാരും തിരിഞ്ഞു നോക്കില്ല. അവന്റേന്ന് കിട്ടണതോണ്ടാണല്ലോ ഇപ്പോൾ സ്നേഹം. അതില്ലാതെ വന്നാൽ ഈ മനുഷ്യർക്ക് ആരേം വേണ്ട. ഒരു കാലത്ത് അവനത് മനസ്സിലാക്കട്ടെ. കണ്ടറിയാത്തവൻ കൊണ്ടറിയട്ടെ.

~~~
~~~

ചേറ്റടിയൻ

കന്നിട്ട്ള് വഴിയാണ് ചെലങ്കരത്തൊടികയിലേക്ക് പശുക്കളെ മേയ്ക്കാൻ കൊണ്ടുപോകേണ്ടത്. കന്നിട്ട്ള് വഴി നടക്കുമ്പോൾ കുട്ടികൾ സൂക്ഷിച്ചില്ലെങ്കിൽ വളത്തിൽ ചവിട്ടുമെന്നുള്ളത് ഉറപ്പാണ്. ചെലങ്കരത്തൊടികയിൽ പുല്ലു കിട്ടാതെ വരുമ്പോൾ, കാട്ടൻ അപ്പുക്കൻ കുന്നിലേക്ക് കന്നുകാലികളെ പെരക്കിത്തെളിച്ചു കൊണ്ടുപോകും. തെരയൻകോട് മൺചാളകെട്ടി താമസിക്കുന്ന കാട്ടൻ പൊറ്റയിൽക്കളത്തിലെ തൊഴുത്തിന്റെ പരിസരത്ത് നന്നേ പുലർച്ചെ എത്തിച്ചേർന്നിട്ടുണ്ടാകും.

പൊറ്റയിൽക്കളത്തിലെ കന്നുകാലികളെ തീറ്റിപ്പോറ്റുന്ന പണി കാട്ടന്റെ അപ്പൻ പെരുക്കൻ മുതൽക്കുതന്നെ ചെയ്തു വരുന്ന കീഴ്വഴക്കമാണ്. കണക്കച്ചെറുമൻമാരായ കാട്ടന്റെ വർഗ്ഗക്കാർ തെരയൻകോട് പ്രദേശത്ത് ധാരാളമായി മൺകുടിൽ കെട്ടി ജീവിച്ചുപോരുന്നവരാണ്. ജന്മികുടുംബമായ പൊറ്റയിൽക്കളത്തിൽ നിന്ന് പതിച്ചു കിട്ടിയ സ്ഥലത്താണ് ഈ വകക്കാർ ചാളകൾ കെട്ടി വസിച്ചു പോരുന്നത്. ആണ്ടോടാണ്ട് കുടിൽ മേയുന്നതിനുള്ള കരിമ്പന പട്ടകൾ പൊറ്റയിൽക്കളത്തിലെ ചെലങ്കരത്തൊടികയിൽ നിന്ന് വെട്ടിയിറക്കാം. ഒരു പുരമേയാൻ ഏകദേശം നൂറോളം പട്ടകൾ ആവശ്യമുണ്ടെങ്കിലും ഒരു കുടുംബത്തിന് ആണ്ടിൽ അമ്പതു പനമ്പട്ടകളാണ് എണ്ണി വെട്ടുവാൻ പൊറ്റയിൽക്കളം തമ്പ്രാട്ടി കുഞ്ഞിലക്ഷ്മിയമ്മ അനുവാദം നൽകുക. ബാക്കി ഉണങ്ങി മൊരിഞ്ഞ് വീഴാത്ത പഴയ പട്ടകൾ ഉപയോഗിച്ചു കൊള്ളണം എന്നതാണ് വ്യവസ്ഥ.

പൊറ്റയിൽക്കളം തൊഴുത്തിലുള്ള കന്നുകാലികൾ കാട്ടന്റെ ജീവന്റെ ഭാഗമാണെന്നു വേണമെങ്കിൽ പറയാം. അവയെ കുളിപ്പിക്കുന്നത് ചേറ്റുക്കുണ്ട് വഴി പോയി തൊട്ടു സമീപമുള്ള പാച്ചോറ്റിക്കുളത്തിലാണ്. നല്ല തെളിഞ്ഞ വെള്ളമല്ലാത്തതിനാലാണോ എന്നറിയില്ല; മനുഷ്യരാരും അവിടെ കുളിക്കാറില്ല. ഈ കുളത്തിലേക്കു പോകുന്ന വഴിയിൽ ചേറ്റുക്കുണ്ടു കഴിഞ്ഞാൽ മരുന്നുതൈയായ പാച്ചോറ്റി സുലഭമാണ്.

അപ്പുക്കൻ കുന്നിലേക്കുള്ള യാത്രയിൽ കുന്നിന്റെ മുകൾത്തട്ടിലെത്തിക്കഴിഞ്ഞാൽ കാണുന്ന കൊച്ചുകുടിലിൽ ദൃഷ്ടികൾ പായിക്കാത്തവർ ചുരുക്കമാണ്. കാരണമുണ്ട്. കണക്കച്ചെറുമനായ ചേറ്റടിയൻ ചുക്കന്റെ കുടിലാണത് എന്നതിലുപരി ചുക്കന്റെ അതിസുന്ദരിയായ മകൾ രുക്കുവിനെ ഒന്നു കാണുക എന്ന ഉദ്ദേശ്യമാണ് പലർക്കും. തെരയൻകോട് പ്രദേശത്ത് പൊറ്റയിൽക്കളത്തിൽ നിന്ന് ലഭിച്ച സ്ഥലത്ത് ചേറ്റടിയൻ കുടിൽകെട്ടാതെ രണ്ടുമൈൽ മാറി അപ്പുക്കൻകുന്നിൽ കുടിൽകെട്ടി. രണ്ടു തലമുറ മുമ്പെ ജീവിച്ചിരുന്ന ഈഴവ സമുദായത്തിൽപ്പെട്ട അപ്പു എന്നയാളുടെ സ്ഥലമാകയാലാണത്രെ അപ്പുക്കൻകുന്ന് എന്ന പേരു ലഭിച്ചത്. അയാളുടെ മകന്റെ മകനിൽ നിന്നാണത്രെ ഒരു തുണ്ടുഭൂമി ചേറ്റടിയൻ വാങ്ങിയത്. പൊറ്റയിൽക്കളം വയലിലും ചേറിലും പണിയെടുക്കുന്ന ചുക്കനെ ചേറ്റടിയൻ എന്നേ ആ പ്രദേശത്തുള്ളവർ പറയാറുള്ളു. അധ്വാനിച്ച് മിച്ചംവന്ന കാശ്കൊണ്ട് അയാൾ പുരകെട്ടി. മകൾ രുക്കുവിനെ ചേറ്റടിയന് എത്രമേൽ ഇഷ്ടമാണെന്ന് കയ്യും കണക്കുമില്ല.

രുക്കുവും കാട്ടനും ബാല്യത്തിലേ സുഹൃത്തുക്കളാണ്. ആ സൗഹൃദം പ്രണയമായത് അവർ പോലും അറിയാതെയാണ്. രുക്കുവിനെ കാണുവാൻ വേണ്ടി ചിലപ്പോൾ കാട്ടൻ കുഞ്ഞിലക്ഷ്മിയമ്മയുടെ കണ്ണുവെട്ടിച്ച് ചെലങ്കരത്തൊടികയിൽ നിന്ന് കന്നുകാലികളെ അപ്പുക്കൻ കുന്നിലേക്ക് പെരക്കി കൊണ്ടുപോകും.

അവയെ മേയാൻ വിട്ട് രുക്കുവിനെയും വിളിച്ച് വേഗത്തിൽ പാച്ചോറ്റി കുളക്കരയിലേക്ക് വച്ചുപിടിക്കും. പാച്ചോറ്റിയുടെ പൂമ്പൊടി ഇരുകവിളുകളിലും തേച്ചുപിടിപ്പിച്ച് രുക്കു കാട്ടനോട് കിന്നാരം പറയും. രുക്കുവിന്റെ ബാല്യം തൊട്ടെ ചേറ്റടിയൻ ചുക്കന്റെ

അകന്ന ഒരു ബന്ധുവായ പാച്ചനും രുക്കുവിനെ മോഹിച്ച് കഴിയുകയാണ്. കാട്ടന്റെ പിന്നാലെയുള്ള രുക്കുവിന്റെ സഞ്ചാരം പാച്ചന് രുചിക്കാറേയില്ല. രുക്കുവിനോട് പറഞ്ഞാൽ ചെവിക്കൊള്ളുന്നില്ലെന്നതു കൊണ്ടുതന്നെ പാച്ചൻ പറച്ചിൽ നിർത്തി. താന്തോന്നിയായ പാച്ചനെ കാണുന്നതുതന്നെ രുക്കുവിന് ചതുർത്ഥിയാണ്.

കുഞ്ഞിലക്ഷ്മിയമ്മയോട് കാട്ടന്റെ ഇല്ലാത്ത കാടത്തരങ്ങൾ മെനഞ്ഞെടുത്ത് വിശദീകരിച്ച് പാച്ചൻ നേരസ്ഥനാകാൻ നോക്കും. പക്ഷേ, കുഞ്ഞിലക്ഷ്മിയമ്മയ്ക്ക് പാച്ചന്റെ വക്രബുദ്ധി നന്നായറിയാം. അവർക്ക് കാട്ടന്റെ സ്വഭാവശുദ്ധിയെക്കുറിച്ചും നല്ല ബോധ്യമുണ്ട്.

കാട്ടൻ രുക്കുവിനെ ചതിക്കില്ലെന്നും കൂടെക്കൂട്ടിക്കൊണ്ടുവരുമെന്നും അവർ പറയും.

കുഞ്ഞിലക്ഷ്മിയമ്മയ്ക്ക് നവരക്കിഴിയും മറ്റു നാടൻ ചികിത്സാരീതികളും പൊറ്റയിൽക്കളത്തിൽ നടത്താറുണ്ട്. അതിനെല്ലാം സഹായിയായി നിൽക്കാൻ കാട്ടന് മടിയില്ല. മുച്ചീരി മല, അയ്യപ്പ മലയിൽ പോയി ഔഷധ സസ്യങ്ങൾ തിരഞ്ഞു കണ്ടെത്തിക്കൊണ്ടുവരുന്നത് കാട്ടനാണ്. ചേറ്റടിയൻ ചുക്കന്റെ മകൾ രുക്കുവിനെ കല്യാണം കഴിക്കാൻ തനിക്കാഗ്രഹമുണ്ടെന്ന് ചുക്കനെ അറിയിക്കേണ്ടത് കുഞ്ഞിലക്ഷ്മിയമ്മയുടെ ജോലിയാക്കി കാട്ടൻ വക തിരിച്ചു നൽകിയിട്ടുണ്ട്.

"ആവട്ടെ കാട്ടാ... സമയം പോലെ ചെയ്യാം. എല്ലാം ഒന്ന് തരപ്പെട്ടു വരട്ടെ" എന്ന് കുഞ്ഞിലക്ഷ്മിയമ്മയും പറഞ്ഞിട്ടുണ്ട്. പെണ്ണിന് പതിനെട്ട് തികയാതെ കാട്ടൻ കൂടെ പൊറുപ്പിക്കേണ്ട എന്നാണ് കുഞ്ഞിലക്ഷ്മിയമ്മയുടെ നിലപാട്.

ചേറ്റടിയൻ ചുക്കൻ പൊറ്റയിൽക്കളത്തിലെ വയൽ പ്രദേശത്ത് മൂന്നു നിലമാടം കെട്ടിയുണ്ടാക്കിയിട്ടിട്ടുണ്ട്. പയ്ക്കൾക്ക് കാടി കൊടുത്തു കഴിഞ്ഞാൽ വൈകുന്നേരങ്ങളിൽ കാട്ടനും രുക്കുവും നിലമാടത്തിലിരുന്ന് പ്രണയിക്കും. രാത്രികാലങ്ങളിൽ കാട്ടുപന്നികൾ കൃഷി നശിപ്പിക്കാതിരിക്കാൻ വെളുത്ത തുണികൾ വയൽ പ്രദേശങ്ങളിൽ അവിടവിടെയായി സ്ഥാപിക്കും. കൂടാതെ, രാത്രികളിലും വൈകീട്ടും കൃഷിസ്ഥലങ്ങളിൽ കാവൽക്കാർക്കിരി

ക്കാനായി നിർമ്മിച്ച കാവൽ ചാളകളിൽ ആരെയെങ്കിലും ചേറ്റടിയൻ ഏർപ്പെടുത്തിയിട്ടുണ്ടാകും. ബന്ധുവായ തെരയൻകോട് പാച്ചൻ ഒരു സ്ഥിരം കാവൽക്കാരനാണ്. പൊറ്റയിൽക്കളത്തിലെ കൃഷിപ്പണി ചേറ്റടിയൻ നടത്തിക്കൊണ്ടുപോകുന്നു.

ചേറ്റടിയന്റെ കെട്ടിയവൾ ഇഞ്ച രുക്കുവിനെ പ്രസവിച്ച് രക്തം വാർന്ന് മരിച്ചതാണ്. അമ്മയുടെയും അപ്പന്റെയും കടമകൾ ഒരുപോലെ നിർവഹിച്ച് രുക്കുവിനെ വളർത്തി വലുതാക്കിയത് ചേറ്റടിയൻ ഒറ്റയ്ക്കു തന്നെ. പാച്ചൻ ചേറ്റടിയന്റെ വകയിലൊരു ബന്ധുവാണെങ്കിലും ചേറ്റടിയനോടൊട്ടി നിൽക്കുന്നത് രുക്കുവിനെ കെട്ടുന്നതിനായാണ്. രുക്കുവിന്റെ ചന്തം പാച്ചന്റെ രാത്രികളെ ഉറക്കമില്ലാതാക്കിയിട്ടുണ്ട്. നിലമാടത്തിൽ കിടന്ന് രാത്രി അയാൾ സ്വപ്നം കാണും. രുക്കുവിന് ദിവസം കൂടുന്തോറും കാട്ടനോടുള്ള പ്രണയാധിക്യം പാച്ചന് ഉൾഭയം ഉണ്ടാക്കിയിട്ടുമുണ്ട്. എങ്കിലും അപ്പന്റെ ആജ്ഞ ധിക്കരിക്കാൻ രുക്കുവിന് കഴിയില്ലെന്നതാണ് അയാളുടെ ആകെയുള്ള ആശ്വാസം.

പൊറ്റയിൽ പറമ്പിനോടു ചേർന്നുള്ള പുളിക്കിലെ തൊടിയിൽ വിറകടുക്കുവാനും മറ്റുമായി പല കാരണങ്ങൾ കണ്ടെത്തി ചേറ്റടിയനോടൊപ്പം രുക്കുവും പൊറ്റയിൽക്കളത്തിലെത്തും. അയാൾ വയൽ പ്രദേശത്തേക്ക് പോയിക്കഴിഞ്ഞാൽ രുക്കു പിന്നെ കന്നുകാലി തൊഴുത്തിലും കന്നിട്ടിളിലും തേക്കിൻ തൊടിയിലും പാച്ചോറ്റിക്കുളത്തിലും കാട്ടനോടൊപ്പം കളിച്ചുല്ലസിച്ച് നടക്കും. കാട്ടൻ ദേഹത്തിൽ തൊട്ടു കളിച്ചാൽ തന്നെ അറിയിക്കണമെന്ന് കുഞ്ഞിലക്ഷ്മിയമ്മ രുക്കുവിനോട് കാട്ടന്റെ മുന്നിൽ വെച്ചു തന്നെ നിർദ്ദേശം വെച്ചിട്ടുണ്ട്.

നിലമാടത്തിൽ കാവൽനിൽക്കാത്ത ചില ദിവസങ്ങളിൽ ചേറ്റടിയന്റെ ഒരേയൊരു ദൗർബല്യമായ ചാരായം കുടിപ്പിച്ച് നിലംപരിശാക്കി, പാച്ചൻ ചേറ്റടിയനെ അപ്പുക്കൻകുന്നിലേക്ക് വലിച്ചിഴച്ച് കൊണ്ടുവരും. രുക്കുവിന് പാച്ചന്റെ നിഴൽ കാണുന്നതു തന്നെ അനിഷ്ടമാണ്. ചേറ്റടിയനെ കുടിലിലാക്കി ചുറ്റിത്തിരിയുന്ന പാച്ചന്റെ ഹൃദയം തകർത്ത് രുക്കു കുടിലിന്റെ വാതിൽ കൊട്ടിയടയ്ക്കും. പുര ഒന്നായി ഇളകുമ്പോൾ ചുക്കന്റെ കുഴഞ്ഞ നാവ് പറയും.

“എന്തിനാടീ രുക്കു ഇത്ര വേവലാതി? അതു നമ്മടെ പാച്ച നല്ലേ...”

അപ്പനെ തുറിച്ചു നോക്കി രുക്കു ഒരു പോക്കു പോകും. പിഞ്ഞാണത്തിൽ കഞ്ഞി വിളമ്പി അപ്പനെ കാത്തിരുന്നാലും അയാൾ ചാരായത്തിന്റെ ലഹരിയ്ക്കടിയിൽ ബോധരഹിതനായി കിടക്കും.

ഈയിടെയായി പാച്ചൻ ചേറ്റടിയൻ ചുക്കനെ കുടിപ്പിച്ച് കൂത്താടിപ്പിക്കുന്നത് ഒരു സ്ഥിരം ചടങ്ങായിട്ടുണ്ട്. കാട്ടൻ കുഞ്ഞിലക്ഷ്മിയമ്മയോട് പരാതി പറഞ്ഞപ്പോൾ അവരും നെടുവീർപ്പിട്ടു.

“രുക്കുപ്പെണ്ണ് വളർന്നു വര്യല്ലേ കാട്ടാ...”

ചേറ്റടിയൻ ചുക്കൻ ചാരായത്തിൽ മുങ്ങി നിലമാടത്തിൽ കാവൽ നിൽക്കുന്നതിലെല്ലാം അമാന്തം കാണിക്കുന്നതിൽ കുഞ്ഞിലക്ഷ്മിയമ്മയ്ക്ക് വിരോധമുണ്ട്. ചുക്കനെ ഗുണദോഷിച്ചിട്ടും വൈകുന്നേരമായാൽ കാര്യം കഷ്ടത്തിലാക്കും. രുക്കു പറഞ്ഞിട്ടും ചേറ്റടിയനിൽ വലിയ ഫലമുണ്ടായില്ല.

രാവിലെകളിൽ നല്ലവനായി കുടിക്കില്ലെന്ന് മകളോട് ആണയിട്ടു പറയും. രാത്രികളിൽ നിലമാടത്തിൽ കാവൽ നിൽക്കാമെന്ന് കുഞ്ഞിലക്ഷ്മിയമ്മയോട് വാഗ്ദാനം ചെയ്യും. സന്ധ്യയ്ക്ക് പാച്ചൻ അയാളുടെ ലഹരിയോടുള്ള ആസക്തിയെ ചൂഷണം ചെയ്യും.

ചാരായത്തിനടിമപ്പെട്ട് ബുദ്ധികെട്ട ഒരു രാത്രി കുടിലിന്റെ മുന്നിലിരുന്ന് രുക്കു പാച്ചനുള്ളതാണ് ചേറ്റടിയൻ വിളിച്ചു കൂവി. അപ്പനെ രുക്കു കണക്കറ്റ് ശകാരിച്ചു.

“എന്താടീ അവനൊരു കുറവ്? നയിച്ചുണ്ടാക്കുന്നില്യേ...”

“കുടിച്ച് തന്തേം തള്ളേം ഭേദ്യം ചെയ്യുന്ന പാച്ചന്റെ നടപ്പ് തെരയൻകോട് ദേശത്ത് കാണാത്തോരിണ്ടാവില്യാ...” രുക്കുവിന്റെ മറുപടി കേട്ട് ചേറ്റടിയൻ കനത്തിൽ ഒന്നു മൂളി.

പാച്ചൻ പറഞ്ഞതിൽ കാര്യോണ്ട്... പെണ്ണിന്റെ പോക്ക് ശര്യല്യ... കാട്ടനെ മനസ്സിൽ വെച്ചിരിക്യാച്ചാൽ നടക്കില്ല. അയാൾ പിറുപിറുത്തു.

“അവനെ മറന്നുകള പെണ്ണേ...” എന്ന് അവ്യക്തമായി ആവർത്തിച്ചു പറഞ്ഞ് ചേറ്റടിയൻ കോലായിൽ ചാഞ്ഞു.

കുഞ്ഞിലക്ഷ്മിയമ്മ ആവതും ഇടപെട്ടിട്ടും ചേറ്റടിയന്റെ തീരുമാനത്തിൽ മാറ്റമുണ്ടായില്ല.

“ചേറ്റടിയൻ ചുക്കന് ഒറ്റ വാക്കേള്ളൂ എമ്പ്രാളെ... അവന് രുക്കുവിനെ കൊടുക്കാംന്ന് വാക്കു പറഞ്ഞു പോയി.”

തെരയൻകോട് ദേശത്തെ കണക്കച്ചെറുമൻ വർഗ്ഗത്തിൽപെട്ട മായനും വെള്ളയും കുഞ്ചക്കനും എല്ലാം പാച്ചന്റെ ദുർന്നടത്തിപ്പ് വിവരിച്ചിട്ടും ചേറ്റടിയൻ തീരുമാനിച്ചതിൽ ഉറച്ചു നിന്നു. കാട്ടന്റെ സുഹൃത്ത് മായന് കാട്ടന്റെ അവസ്ഥയോർത്ത് നല്ല ഖേദമുണ്ട്.

രുക്കു കുടിലിൽ തടങ്കലിൽ പെട്ട പോലെയായി. കാട്ടന്റെ ഊണും ഉറക്കവും നഷ്ടപ്പെട്ടു.

ചേറ്റടിയൻ വയലിൽ പണിയെടുക്കുവാൻ എത്താത്ത ഒരു ദിവസം കുഞ്ഞിലക്ഷ്മിയമ്മ രണ്ടും കല്പിച്ച് രുക്കുവിന്റെ കുടിലിലെത്തി അവളെ വിളിച്ചിറക്കി പൊറ്റയിൽക്കളത്തിൽ കൊണ്ടുവന്നു. പുതിയ പുളിയിലക്കര വേഷ്ടിയും മുണ്ടും ധരിപ്പിച്ചു. തൊഴുത്തിൽ പണി ചെയ്യുന്ന കാട്ടനെ വിളിച്ച് തയ്പ്പിച്ചു വെച്ച ഷർട്ടും പുതിയ മുണ്ടും കൊടുത്തു. വൃത്തിയായി ധരിച്ചു വരാൻ ആവശ്യപ്പെട്ടു. കാട്ടനെയും രുക്കുവിനെയും മച്ചിലമ്മയുടെ മുന്നിൽ നിർത്തി.

പാച്ചൻ ചാരായം കുടിപ്പിച്ചു എവിടെയോ വീണു കിടന്നിരുന്ന ചേറ്റടിയൻ ആ സമയത്താണ് ഓടിക്കിതച്ച് പൊറ്റയിൽക്കളത്തിൽ വന്നുകയറിയത്. അവശനായിരുന്ന അയാൾ ഒന്നും ഉരിയാടാതെ രുക്കുവിന്റെ കയ്യിൽ ബലമായി പിടിച്ച് ഇറക്കിക്കൊണ്ടുപോയി, തെരയൻകോട് പാച്ചന്റെ കുടിലിലെത്തിച്ചു തിരിച്ചു പോന്നു.

പിറ്റേന്ന് രാത്രി വന്യമൃഗങ്ങളെ ആട്ടിയകറ്റാൻ നിലമാടത്തിൽ കിടന്ന ചേറ്റടിയൻ ചുക്കനെ തേടി ഒരുകൂട്ടം ചൂട്ടുകൾ ആളിയെത്തി. ലഹരി മോന്തി മത്തുപിടിച്ചു കിടക്കുന്ന അയാളെ ഏറ്റി ആളുകൾ പാച്ചന്റെ കുടിലിലെത്തി. തെരയൻകോടുള്ള പാച്ചന്റെ കുടിലിൽ രുക്കുവിനെ കാണാതായിരിക്കുന്നത്രെ! ചേറ്റടിയനും കൈമലർത്തി. ആ പിതൃഹൃദയം അന്നാദ്യമായി വിതുമ്പി. തെരയൻ

കോടുള്ള കണക്കച്ചെറുമർ രാത്രിക്കു രാത്രി ചൂട്ടു കത്തിച്ച് തെരച്ചിൽ തുടങ്ങി. പാച്ചോറ്റിക്കുളത്തിൽ വരെ തരുണൻമാർ മുങ്ങിത്തപ്പി.

മായനും വെള്ളയും ചൂട്ടിന്റെ പ്രഭയിൽ ഒരു കാഴ്ച കണ്ടു. നിലമാടത്തിനരികുപറ്റി നിന്ന ഒരാൾ ചേറിൽപുതഞ്ഞ ഒരു ശരീരവും കൊണ്ട് മണ്ടുന്നു. മായനും വെള്ളയും ഓടുന്നവന്റെ മുഖത്തേക്ക് ചൂട്ട് ഉയർത്തിപ്പിടിച്ചു.

കാട്ടൻ...

കിതയ്ക്കുന്നുണ്ട്.

"രുക്കുവിന് പകുതി ജീവനുണ്ട് മായാ ...എവിടെങ്കിലും പോയി ജീവിക്കട്ടെ."

"കാട്ടാ... രുക്കുവിന് എന്താ പറ്റിയത്? ചേറിൽ കുളിച്ച്..."

"ചേറ്റടിയൻ ചുക്കന്റെ മകൾ രുക്കുവിനെ പാച്ചൻ സ്നേഹിച്ചില്ല. അവളുടെ ചന്തമാ... അതാണവന് ലഹരി. ഇന്നവളെ ചേറിൽ പൂഴ്ത്തി. ചേറ്റടിയൻ ചുക്കന്റെ വയലിൽ തന്നെ. പാച്ചോറ്റിക്കുളക്കരയിൽ നിന്ന് ശബ്ദം കേട്ട് വന്ന് നോക്കിയതാ... രുക്കുവിനെ അവൻ..."

"കാട്ടാ..."

പൊറ്റയിൽക്കളം എമ്പ്രാളോട് എല്ലാം പറഞ്ഞിട്ടുണ്ട്.

"നീ പോ കാട്ടാ... രുക്കുവിനെയും കൊണ്ട് രക്ഷപ്പെട്. സുഖായി ജീവിക്ക്."

അടുത്തു വരുന്ന തീപന്തങ്ങൾ. ചേറ്റടിയൻ മുടന്തി മുടന്തി പിന്നിലുണ്ട്.

കാട്ടൻ മുൻപും പിൻപും നോക്കാതെ പാഞ്ഞു. രുക്കുവിനെയും കൊണ്ട്... പാച്ചോറ്റിക്കുളത്തിന്റെ കരയിലൂടെ... പള്ളത്തെ ഇട്ട്ള് ലൂടെ... പൂളക്കുണ്ടിലൂടെ... അങ്ങകലെ ഒരു നിലമാടം അവരെ കാത്ത് ഒഴിഞ്ഞു കിടപ്പുണ്ടായിരുന്നു.

~~~
~~~

വിഷുക്കുടുക്ക

വിഷുസ്മൃതികളിൽ പൂത്തിരി കത്തിച്ചപ്പോലെ രസകരമായ ഒരോർമ കണിവെള്ളരിയും ഒരുപിടി കൊന്നപ്പൂവുമായി ബന്ധപ്പെട്ടതാണ്. പുളിയിട്ട് തേച്ചു കഴുകി മിന്നിത്തിളങ്ങുന്ന ഓട്ടുരുളിയിൽ വിഷുക്കണി ഒരുക്കുവാനുള്ള തിരക്കിലാണ് അച്ഛമ്മയും ദേവോപ്പയും. ചെല്ലൻ കണിക്കൊന്നയിലെ സുവർണ്ണ ഞാത്തുകൾ പൊട്ടിച്ചെടുത്ത് ഉരൽപ്പുരയുടെ മുക്കിൽ വാഴയിലയിൽ പൊതിഞ്ഞു കെട്ടിവെച്ചിട്ടുണ്ട്. വരിക്കപ്ലാവിൽ നിന്ന് ചുക്കൻ നിലംതൊടാതെ കയറിട്ടിറക്കിയ മൂത്ത ചക്ക ജയേട്ടൻ മച്ചിന്റെ പടിയിൽ കൊണ്ടുവന്നു വെച്ചിട്ടുണ്ട്. ഓട്ടുരുളിയും നിലവിളക്കും തെളിച്ചം വന്നില്ലേ എന്ന് അച്ഛമ്മ കണ്ണട വെച്ച് പരിശോധിക്കുന്നുണ്ട്. ചക്കരമാവ് വിഷുവിന് സ്നേഹത്തോടെ പൊഴിച്ചു തന്ന തേനൂറും കനികൾ ദേവയാനി ഓപ്പ ചന്തം നോക്കി തെരഞ്ഞെടുത്തു മാറ്റിവച്ചു. അക്കമ്മെ വിളകൾ നിറഞ്ഞ പറമ്പിൽ നിന്ന് സ്വർണനിറം നോക്കി പറിച്ചെടുത്ത കണിവെള്ളരിയും ഉരൽപ്പുരയിൽ വല്ലോട്ടിയിൽ നിക്ഷേപിച്ചിട്ടുണ്ട്. പൂജാമുറിയിലെ കൃഷ്ണ വിഗ്രഹം എടുത്തു കൊണ്ടുവന്നു വെളുത്ത തുണി കൊണ്ട് തുടച്ച് ദേവോപ്പയെ ഏൽപ്പിച്ചു. വിഷുത്തലേന്ന് രാത്രി ആകെ ഒരു ആകാംക്ഷയും സന്തോഷതിമർപ്പുമൊക്കെയാണ്. ഇനി കണിയൊരുക്കുകയേ വേണ്ടൂ.

ഉരൽപ്പുരയിൽനിന്ന് ഒരുപിടി കണിക്കൊന്നയും ചന്തം തികഞ്ഞ കണിവെള്ളരിയും എടുത്തു കൊണ്ടുവരാൻ അച്ഛമ്മ പറഞ്ഞപ്പോൾ ജയേട്ടനെ തട്ടി മാറ്റി ഉരൽപ്പുരയിലേക്ക് ആഞ്ഞു നടന്നു. ഉരൽപ്പുര തറവാടിനോട് ചേർന്നു തന്നെയെങ്കിലും ആ വശത്ത് രാത്രി ഇരുട്ടാണ്. അവിടെ വൈദ്യുതബൾബുകൾ ഒന്നുമില്ല. റാന്തൽ വിളക്കെടുത്താണ് ഉരൽപ്പുരയിൽ കയറിയത്. ഒരുപിടി കണിക്കൊന്ന കൈപ്പിടിയിലൊതുക്കി തിരിഞ്ഞപ്പോൾ തറയിൽ കുഴിച്ചിട്ട ഉരലിന്റെ കുഴിയിൽ കാൽ കുടുങ്ങി. സർവശക്തിയെടുത്തു വലിച്ചിട്ടും കുടുങ്ങിയ കാൽ തിരിച്ചെടുക്കാൻ കഴിയുന്നില്ല. ഉറക്കെ വിളിച്ചിട്ടും ആരും കേൾക്കുന്നില്ല. ഇനി കൂവി വിളിച്ച് കരഞ്ഞിട്ട് കാര്യമില്ല. കുഴിയിൽ പെട്ട കാൽ വലിച്ചെടുക്കാൻ ആവതും ശ്രമിച്ചെങ്കിലും എല്ലാം വിഫലമായി. കാൽ നീരുവെച്ച് വീർക്കാൻ തുടങ്ങി. വേദന കൊണ്ട് കവിളിലൂടെ കണ്ണീർ ഒലിച്ചിറങ്ങി. കണിവെള്ളരിയും കണിക്കൊന്നയുമില്ലാതെ എങ്ങനെ കണിയൊരുക്കാനാണ് എന്ന് സമാധാനിച്ച് തളർന്ന് പീഠത്തിലിരുന്നു. ഉരൽ കുഴിയിലെ കാൽ അനക്കാൻ പോലും കഴിയാതെ അവിടെത്തന്നെ. ജയേട്ടനെങ്കിലും എത്തിയിരുന്നെങ്കിൽ!

കൃഷിയായുധങ്ങൾ വിഷുവിന്ന് പൂജയ്ക്കു വെയ്ക്കേണ്ടതാണ്. നാളെ അതിലൊന്നിലും പങ്കെടുക്കുവാൻ കഴിയുമെന്ന് തോന്നുന്നില്ല. കാൽ മന്തുപിടിച്ച പോലെ വ്യത്യസ്ത നിലകൾ തരണം ചെയ്യുകയാണ്. ഏകദേശം പെരുങ്കാൽപ്പരുവത്തിലായി എന്നു പറയാം. ചെല്ലൻ വിഷു ദിവസം കന്നുകാലികളെ കുളിപ്പിക്കുവാൻ താമരക്കുളത്തിൽ കൊണ്ടുപോകും. അവിടെ ഒപ്പം പോവാനും തരമില്ല. ജയേട്ടനെ തട്ടി മാറ്റി ഓടിയതിന് ദൈവം തന്ന ശിക്ഷ ഇത്തിരി കടുപ്പം കൂടിപ്പോയി. കഷ്ടം! വരാൻ പോകുന്ന വർഷത്തെ ഐശ്വര്യ പൂർണമാക്കുന്ന ദിവസം അനങ്ങാൻ കഴിയാതെ കിടക്കേണ്ടി വരിക...

മുത്തച്ഛനും വല്യച്ഛനും തരുന്ന കൈനീട്ടം ചിലപ്പോൾ കുറഞ്ഞു പോകും. നടക്കാൻ പറ്റാത്ത ആൾക്ക് കൈനീട്ടം കിട്ടിയിട്ടെന്തിനാ എന്നു ചോദിച്ചാൽ കുറ്റം പറയുവാൻ കഴിയില്ല. ആരെങ്കിലും വന്നിരുന്നെങ്കിൽ... ജ്യോച്ചിയെങ്കിലും.

ഉരൽപ്പുരയുടെ സമീപത്തേക്ക് ഒരു വെട്ടം നടന്നു വരുന്നതു കാണുന്നുണ്ട്. നീളൻടോർച്ച് മിന്നിച്ച് ജയേട്ടൻ. ദൈവേ... കാത്തോളണേ. ജയേട്ടനെ കൂവി വിളിച്ചപ്പോൾ അടുത്തുവന്നു. പരിതസ്ഥിതി ഒന്നവലോകനം ചെയ്തു. ജയേട്ടനോട് കാൽ കുടുങ്ങിയ അവസ്ഥ കരഞ്ഞു വിവരിച്ചെങ്കിലും ഒരു ദയാദാക്ഷിണ്യവും കാണിച്ചില്ല. ശ്രീകൃഷ്ണ വിഗ്രഹത്തിൽ ചൂടാനുള്ള മയിൽപ്പീലി തൂക്കിയിട്ട വട്ടക്കയറിൽ നിന്നെടുത്ത് കക്ഷി തിരിച്ചു പോയി. പറഞ്ഞതൊന്നും ജയേട്ടന് വിശ്വാസമായിട്ടില്ല. കാലൊന്ന് ടോർച്ച് മിന്നിച്ച് നോക്കാൻ പോലും മെനക്കെട്ടില്ല. ഇനിയെന്തു ചെയ്യും? നാളെ കിട്ടാൻ പോകുന്ന വിഷു കൈനീട്ടത്തിലെ പകുതി കൊടുക്കാമെന്ന് വാഗ്ദാനം ചെയ്യാമായിരുന്നു. സത്യം പറയുന്ന തിരക്കിൽ അതിനും തോന്നിയില്ല. ജ്യേച്ചി വന്നിരുന്നെങ്കിൽ...

കരച്ചിൽ മുറയ്ക്ക് നടത്തിക്കൊണ്ട് നിമിഷങ്ങൾ തള്ളിനീക്കി. കുറച്ചു കഴിഞ്ഞപ്പോൾ ഒരു വെളിച്ചം ഉരൽപ്പുരയെ ലക്ഷ്യമാക്കി വരുന്നു. ജയേട്ടനാണ്.

“എവിടെ? നിന്റെ കാലുകുടുങ്ങിയത് നോക്കട്ടെ?”

ജയേട്ടന്റെ ചോദ്യം കേട്ടതും അത്രയും നേരം ഉണ്ടാക്കിക്കൊണ്ടുവന്ന ധൈര്യം ചോർന്നൊലിച്ചു. കാൽ വലിച്ചെടുത്ത് പുറത്തെത്തിക്കുന്ന ഉദ്യമത്തിനിടയിൽ ജയേട്ടൻ പറഞ്ഞു.

“പ്രത്യുപകാരം ചെയ്യണം. വിഷുവിന്റന്ന് കിട്ടുന്ന കൈനീട്ടം പടക്കം വാങ്ങാൻ എനിക്ക് തരണം.”

ജയേട്ടനോട് അത്രയുംനേരം തോന്നിയ സ്നേഹം ആവിയായിപ്പോയി. ഗദ്ഗദകണ്ഠയായി തരാംന്ന് സമ്മതിക്കുമ്പോൾ കാല് കുഴിയിൽ നിന്ന് ഒരു ഘട്ടം മുകളിലെത്തി.

“നിന്റെ വിഷുക്കുടുക്ക മുഴുവൻ തരണം” എന്ന അടുത്ത ആവശ്യം ഹൃദയം തകർക്കുന്നതായിരുന്നു. കൈക്കൂലി, പിടിച്ചുപറി, അഴിമതി... ജയേട്ടനെ ഏതു വകുപ്പിൽ പെടുത്താം എന്ന് ഒരെത്തുംപിടിയും കിട്ടിയില്ല. മനസ്സില്ലാമനസ്സോടെ അതിനും

സമ്മതം മൂളി. കാൽ നൊണ്ടിക്കൊണ്ട് കൊന്നപ്പൂവും കണിവെള്ള രിയും അച്ഛമ്മയുടെ പക്കൽ എത്തിച്ചു. നീരുപോവാനായി കാലിൽ എണ്ണ തേച്ച് രാത്രി ഉറങ്ങാൻ കിടന്നു. ദൈവേ... നാളെ എന്റെ വിഷു കൈനീട്ടം. പതിനേഴ് വയസ്സിൽ ഇത്രയും വലിയ കൈക്കൂലി ചോദിച്ചവൻ... നാളെ ഒരു പാഠം പഠിപ്പിച്ചിട്ടു തന്നെ കാര്യം.

വിഷു ദിവസം കണി കണ്ട ശേഷം മുത്തച്ഛൻ, വല്യച്ഛൻ, അച്ഛൻ തുടങ്ങി എല്ലാവരും തന്ന കൈനീട്ടം വാങ്ങി കുടുക്ക നിറച്ചു. കഴിഞ്ഞ വിഷുവിന് കിട്ടിയ കൈനീട്ടവും കുടുക്കയിൽ ഈട്ടം കൂട്ടി വെച്ചിട്ടുണ്ടായിരുന്നു. പ്രാണൻപറിച്ചു കൊടുക്കുന്ന പോലെ ജയേട്ടന് സമ്മാനിക്കേണ്ട കുടുക്ക! ഉച്ചയ്ക്ക് വിഷു സദ്യയ്ക്കു ശേഷം ജയേട്ടൻ അടുത്തു വന്നു. ഞാൻ കണ്ട ഭാവം നടിച്ചില്ല.

“നിന്റെ കുടുക്കയെടുക്ക്” ഭീഷണി മുഴക്കി. ജ്യോച്ചി വന്നതു കൊണ്ട് തടിതപ്പി.

സാധാരണ രാവിലെവന്ന് മുത്തച്ഛനിൽനിന്ന് കൈനീട്ടം വാങ്ങാറുള്ള കീഴാളൻ ചെല്ലന്റെ മകൾ കുഞ്ചി വൈകീട്ട് നാലുമണിക്കാണ് തറവാട്ടിലെത്തിയത്. അവൾ സുഖമില്ലാതെ കിടപ്പായിരുന്നത്രെ. മുത്തച്ഛനിൽ നിന്ന് കൈനീട്ടം വാങ്ങി കുഞ്ചി പോകാനൊരുങ്ങുമ്പോൾ,കുഞ്ചിയെ സ്വകാര്യമായി ഉരൽപ്പുരയിലേക്ക് വിളിച്ച് കുടുക്കയിലെ രണ്ടു നാണയം എടുത്തു കൊടുത്തു. കുറച്ചു ദിവസം കുടിലിൽ കൊണ്ടുപോയി കുടുക്ക സൂക്ഷിക്കുവാൻ കുഞ്ചിയെ ഏൽപ്പിച്ചു. കുഞ്ചി പേടിച്ചു പേടിച്ചാണ് കുടുക്ക വാങ്ങിക്കൊണ്ടുപോയത്. തമ്പ്രാട്ടിക്കുട്ടി തറവാട്ടിൽ അറിയിക്കല്ലേ എന്നും പറഞ്ഞ് കുഞ്ചി കുടുക്കയുമായി പോയി. കുഞ്ചിയോട് യാതൊരു പേടിയും ആവശ്യമില്ലെന്ന് ഉറപ്പു കൊടുത്തു.

സന്ധ്യയ്ക്ക് ജയേട്ടൻ വന്നു. വിഷുക്കുടുക്ക ചോദിച്ചു. വിഷു കുടുക്ക മുത്തച്ഛന്റെ കയ്യിൽ സൂക്ഷിക്കാൻ നൽകി എന്ന് കള്ളം പറഞ്ഞു. ഇനി യാതൊരു സഹായവും ചെയ്യില്ലെന്ന് ജയേട്ടൻ ആണയിട്ടു പറഞ്ഞു. കുറച്ചുനേരം കഴിഞ്ഞപ്പോൾ ജയേട്ടൻ മുത്ത

ച്ഛനോട് "ഇവൾ വിഷു കുടുക്ക മുത്തച്ഛനെ ഏൽപിച്ചിട്ടുണ്ടോ?" എന്ന് ചോദിക്കുന്നതു കേട്ടു.

നെഞ്ചിടിപ്പ് ഉയർന്നു. ഇപ്പോൾ സത്യം വെളിച്ചത്താവും. വിഷു ഫലം മാനഹാനി... മുത്തച്ഛന്റെ മുന്നിൽ കള്ളത്തരം പറഞ്ഞ കുറ്റ ബോധം.

"ഉവ്വ്, സുന്ദരിക്കുട്ടിയുടെ കുടുക്ക എന്നെ ഏൽപ്പിച്ചിട്ടുണ്ട്. ഞാനത് ഭദ്രമായി എടുത്തു വെച്ചിട്ടുണ്ട്" എന്ന മുത്തച്ഛന്റെ മറുപടി ഇന്നും അദ്ഭുതമായി തുടരുന്നു.

നാലഞ്ചു ദിവസം കഴിഞ്ഞപ്പോൾ ജയേട്ടന്റെ ദേഷ്യം തണുത്ത തായി തോന്നി. ചെല്ലന്റെ കുഞ്ചിയെ കുടുക്ക ഏൽപ്പിച്ച കാര്യം ഞാൻ പറഞ്ഞു. ജയേട്ടൻ പറഞ്ഞു...

"കുഞ്ചിയോട് കുടുക്ക തിരിച്ചു വാങ്ങണ്ട. അടുത്ത വിഷുവിന് കൈനീട്ടം കിട്ടുമ്പോൾ എന്റെ കടം തീർത്താൽ മതി."

ആ മഹാമനസ്കതയ്ക്കു മുൻപിൽ കൈ കൂപ്പണോ, അതോ അടുത്ത വർഷം കൊടുത്തു തീർക്കാനുള്ള കടം ആലോചിച്ച് കര യണോ... എന്തു ചെയ്യണമെന്ന് എനിക്ക് അറിഞ്ഞുകൂടായിരുന്നു.

~~~
~~~

മൃതവന്ധ്യ

"ഇതും കൊടിയന്റ്ല്ലത്രേ!"

സീത വല്യമ്മ പുലർച്ചെ തന്നെ കിണറ്റുകരയിലിരുന്ന് അടക്കം പറഞ്ഞു.

"പിന്നാരടെയാ!" പങ്കജമ്മായി അതിശയപ്പെട്ടു.

"അതാപ്പോ അറിയാത്ത്. അവള് വല്ലവരടേം മാനം കെടുത്താൻ വല്ലതും വിളിച്ചു പറഞ്ഞാ..."

കിണറ്റിൽ നിന്ന് വെള്ളം കോരി മുഖം കഴുകണ കസ്തൂര്യേച്ചിയോട് അരിശപ്പെട്ട് സീത വല്യമ്മ ഉറഞ്ഞുതുള്ളി. പിറുപിറുത്ത് കുളിമുറിയിലേക്കു പോയി.

"ഇനീപ്പൊ വരവ്ണ്ടാവില്ല. അല്ലെങ്കിൽ ഉച്ചയ്ക്ക് കേറിവലിഞ്ഞ് വരും. അശ്രീകരം." സീത വല്യമ്മയുടെ പിന്നാലെ പങ്കജമ്മായിയും അടുക്കളയിലേക്ക് വലിഞ്ഞു.

"പിന്നില്യേ... നമ്മടെ വേശൂന്റെ ചത്തകുഞ്ഞ് വെള്ളാരമ്പാറേലെ കുറ്റിക്കാട്ടില് കിടക്കണത്രെ. ഇന്നലെ രാത്രി പെറ്റൂന്നാ സീത വല്യമ്മ പറയണത്!"

"അതിന് വേശൂന് ഗർഭം ഉണ്ടായിരുന്നോ കസ്തൂര്യേച്ചി?"

"ന്റെ കുട്ട്യേ... ചിലരടെ വയറ് അങ്ങനാത്രെ. ഗർഭള്ളതൊന്നും അറിയില്ല്യാന്ന്."

"അപ്പൊ ഇന്നലെ വേശു മുറ്റമടിച്ചു വാരുമ്പോ പ്രസവിക്കാറായീന്നാണോ കസ്തൂര്യേച്ചി പറയണത്?"

"ആയിരിക്കും. അല്ലാതെങ്ങന്യാ. പ്രസവിച്ച് കുറ്റിക്കാട്ടില് കുട്ട്യേ തള്ളീല്യേ. പാവം ജന്മം."

കൊടിയന് വേശൂനെ നല്ല ഇഷ്ടാണല്ലോ. പിന്നെന്തിനാ വേശു കുട്ട്യേ കൊണ്ടുപോയി കളയണത് ആവോ?

"കുട്ടി ഇതൊന്നും അറിഞ്ഞതായി നടിക്കണ്ട ട്ടോ."

സത്യത്തിൽ വേശൂനെ കാണാൻ നല്ല ചന്തണ്ട്. നീണ്ട മിഴിയിണകൾ. തച്ചൻ പറമ്പിലെ ഉണ്ണ്യാശാരി പറഞ്ഞത് 'മൃഗലോചന' എന്ന വിളിപ്പേര് പണ്ടേ വേശൂന് പഠിപ്പുള്ള തമ്പ്രാക്കൻമാരടെ ടേല് ഉണ്ടത്രെ.

വേശൂന്റെ കണവൻ കൊടിയൻ ഷർട്ടിട്ട് നടക്കണത് കണ്ടിട്ടേയില്ല. ചപ്രത്തലയാണയാൾക്ക്. നിറംമങ്ങിയ ഒറ്റമുണ്ടും ചുറ്റി പാടത്തും പറമ്പിലും പള്ള്യേലും കാണാം.

ഇതിനു മുൻപെ വേശൂനുണ്ടായ കുഞ്ഞിനെ കിട്ടീത് താമരക്കുളക്കരയോടു ചേർന്നുള്ള ഞാവൽമരത്തിനു കീഴെ നിന്നാണ്.

അന്ന് നാട്ടുകാർ തടിച്ചു കൂടി.

എന്തു തെളിവു കണ്ടിട്ടാണ് വേശൂന്റെ കുട്ട്യാണെന്ന് ജനം വിളിച്ചു പറയുന്നതാവോ?

അങ്ങനെയെങ്കിൽ ചെറുമൻ കൊടിയൻ വേശൂനെ വെച്ചു പൊറുപ്പിക്കുമോ?

കൂട്ടംകൂടി നിൽക്കണ നാട്ടാരുടെ ഇടയിലൂടെ പാട്ടും പാടി നടക്കണ കൊടിയൻ ചത്ത കുട്ടീടെ അപ്പനല്ലേ?

"ഞാനെന്റ്ളിയനും മാടെറങ്ങി വരുമ്പോ

മാടിന്റെ മോളീന്നൊരേറു വന്നേ

കയ്യിനും കൊണ്ടില്ല കാലിനും കൊണ്ടില്ല..."

കൊടിയൻ ഉച്ചത്തിൽ പാടിനടക്കും. ചെലപ്പോൾ വേശു ഒപ്പം കാണും.

വേശൂനെ കൊടിയൻ കൊണ്ടു നടക്കുന്നതു കണ്ടാൽ പ്രദേശത്തുള്ളവർ പറയുന്നതിലൊന്നും കാര്യണ്ടെന്ന് തോന്നില്ല.

പക്ഷേ...

ഓരോ വർഷത്തിലും ഗ്രാമത്തിലെ പൊന്തകളിലോ കുളക്കരയിലോ ചളിക്കുണ്ടിലോ ജനിച്ച ഉടനെ മരിച്ച കുട്ടിയെ കന്നു മേയ്ക്കാൻ പോണവര് കണ്ടെത്തും. ചിലതൊക്കെ കൊടിയൻ തന്നെ മറവു ചെയ്തിട്ടുമുണ്ട്.

എല്ലാം വേശൂന്റെ കുഞ്ഞുങ്ങളായാണ് ചിത്രീകരിക്കപ്പെടുന്നത്.

എല്ലാം പെൺകുഞ്ഞുങ്ങൾ!

വേശു പ്രസവിക്കുന്ന പെൺശിശുക്കളെല്ലാം പ്രസവിച്ച ഉടനെ മരിച്ചു പോകുമെന്ന് നാട്ടിലെ വയറ്റാട്ടികൾക്കിടയിലും ഗ്രാമത്തിലും ഒരു വർത്തമാനം ഉണ്ടായിരുന്നു.

വേശൂന്റെ കൗമാരകാലത്ത് തന്നെ അവളെ ചുറ്റിപ്പറ്റിയായിരുന്നത്രെ യുവാക്കളും മധ്യവയസ്കരും. ഉണ്ണ്യാശാരിക്ക് വേശൂനെ നന്നായറിയാം. പലതും പറയില്ലെന്നു മാത്രം.

വേശൂന് 'കൊങ്കച്ചി' എന്ന് ആഢ്യരുടെ ഇടയിൽ വിളിപ്പേരുണ്ടായിരുന്നത് ഉണ്ണ്യാശാരി സ്വകാര്യമായി പറയും.

അറുപതുകളിലേക്കടുത്തുകൊണ്ടിരിക്കുന്ന വേശു എത്ര പെൺകുഞ്ഞുങ്ങൾക്ക് ജന്മം നൽകിയെന്ന് ആർക്കും അറിയില്ല.

ഉച്ചയ്ക്ക്ശേഷം വന്ന് ഒന്നും സംഭവിക്കാത്ത മട്ടിൽ മുറ്റമടിച്ചു വാരുന്ന വേശുവിനെ കണ്ട് സീത വല്യമ്മയും പങ്കജമ്മായിയും അടുത്തുകൂടി.

"വേശൂ... ഇന്നിനി വെയ്യങ്കി വേണ്ട."

സീത വല്യമ്മ പറഞ്ഞതു കേട്ട് വേശു ഒന്ന് നടുനിവർന്നു നിന്നു.

വയറു കണ്ടിട്ട് പ്രസവിച്ച ലക്ഷണമില്ല. പങ്കജമ്മായി ഉള്ളിൽ പറഞ്ഞു.

"അതെന്റെ കൊച്ചന്നെ തമ്പ്രാട്ട്യേ..." വേശു പറഞ്ഞതു കേട്ട് പങ്കജമ്മായി നെഞ്ചത്തു കൈവെച്ചു.

"വേശൂ... കൊടിയന്റേതാണോ?" സീതവല്യമ്മ ശബ്ദം താഴ്ത്തി ചോദിച്ചു.

"അറിയില്ലെമ്പ്രാട്ട്യേ... നല്ല നെറം. പരന്ന നെറ്റി. കണ്ടിട്ട് തോന്നണത് ഏതോ തമ്പ്രാന്റേതാന്നാ."

"വേശൂ... കൊടിയൻ..."

"അയിനെന്താ, തിന്നണം... ഒറങ്ങണം. പിന്നെ... തോന്നുമ്പോ തോന്നുമ്പോ ന്റെ മേലെ..."

"വേശൂ... നീ ഓരോ തമ്പ്രാക്കന്മാരടെ... വേണ്ടാതീനൊന്നും കാണിക്കരുത്. ഞാമ്പറഞ്ഞില്ലെന്നു വേണ്ട."

"പങ്കജമ്പ്രാട്ടി പേടിക്കണ്ട. ഇവടത്തെ തമ്പ്രാന് ധൈര്യല്ല. ഞാൻ കുനിഞ്ഞ് നെലം തൊടയ്ക്കുമ്പോ മുന്നിലുവന്ന് നിൽക്കാനല്ലാതെ... അല്ലെങ്കി തമ്പ്രാൻ തളത്തിലുണ്ടെങ്കിൽ രണ്ടുവട്ടം തൊടപ്പിക്കും. അത്രേള്ളു."

പങ്കജമ്മായി അവിടെ നിന്നില്ലെന്നു കണ്ടപ്പോൾ സീതവല്യമ്മയും അകത്തേക്ക് കയറി.

"വേശു ഒരു കഥാപാത്രം തന്നെല്യേ കസ്തൂര്യേച്ചി?"

"അതെന്താ കുട്ടീ?"

"ഇത്രേം തമ്പ്രാക്കൻമാര് വേശൂന്റെ പുറകേന്നു വച്ചാ..."

"കുട്ടി അതൊന്നും ശ്രദ്ധിക്കേണ്ട."

"ഇത്തവണ ആമ്പൽക്കുളത്തിലാത്രേ!"

"അതിനെ ഇനി ഇവടെ കേറ്റണ്ട. തറവാട്ടിൽ കുറേക്കാലം പണിയ്ക്കു നിന്ന കാളന്റേം നാണിടേം മകളല്ലേന്നു വെച്ചാ അമ്മ ഇവിടെ കേറ്റ്യേ... തറവാട്ടില് പണിക്കാരെ കിട്ടാഞ്ഞിട്ടൊന്നുല്ല." സീതവല്യമ്മ ചാടിത്തുള്ളിപ്പോയി പടിപ്പുര വാതിലടച്ചു.

നാണിക്കും വേശൂനെപ്പോലെ തന്നെ മനോഹരമായ കണ്ണുകളായിരുന്നത്രെ. അതു കണ്ടാണത്രെ വേശൂന്റപ്പൻ കാളൻ നാണിയെ കൂടെ കൂട്ടീത്. നാണിയ്ക്ക് ചെന്നിക്കുത്ത് വിട്ടു മാറിയ നേരമുണ്ടായിരുന്നില്ല. ഒരിക്കൽ പാടത്ത് ഞാറു നടുമ്പോൾ അവിടെ വീണു മരിച്ചെന്നാണ് കേട്ടിട്ടുള്ളത്. എന്തെങ്കിലും മാരകഅസുഖം ചെന്നിക്കുത്തായി പറയപ്പെട്ടതാവാം. നാണിയുടെ മിഴികൾ കാളന്റെ ഹൃദയത്തിൽ കൊത്തിവെച്ച പോലാണത്രെ. അതിനാൽ കാളൻ വേറൊരുത്തിയെ ചാളയിൽ കയറ്റിയതുമില്ല.

പിന്നീട് കാളൻ പല തറവാട്ടിലും വേല ചെയ്തിട്ടുണ്ടായിരുന്നു. ചെറുപ്രായമുള്ള വേശു വെള്ളാരമ്പാറയിലെ ചാളയിൽ പലപ്പോഴും ഒറ്റയ്ക്കായിരുന്നു.

ഒരു ദിവസം കാളൻ അന്തിക്ക് പണി കഴിഞ്ഞ് ചാളയിൽ കുളിച്ചു കയറി. കൗമാരപ്രായമുള്ള വേശു പ്രസവിച്ചിരിക്കുന്നു. ചുറ്റും വെള്ളാരമ്പാറയിലെ ചെറുമി സംഘം കുന്തിച്ചിരിക്കുന്നു.

ആരുടേതെന്ന ചോദ്യത്തിന് വേശുവിന് അന്നും ഉത്തരമുണ്ടായിരുന്നില്ലത്രെ!

ആരോരുമില്ലാതെ അലഞ്ഞു നടന്നിരുന്ന കൊടിയൻ വേശുവിന്റൊപ്പം കൂടി.

വർഷംതോറും പെറുന്ന വേശുവും പൊന്തക്കാട്ടിൽ നിന്നു കിട്ടുന്ന കുഞ്ഞുങ്ങളും നാട്ടുകാർക്ക് പുതുമയല്ലാതായി.

ഗ്രാമത്തിലോ അടുത്ത നാടുകളിലോ അനാഥമായി കിടക്കുന്ന കുഞ്ഞുങ്ങളുടെ ശവശരീരം കണ്ടാൽ നാട്ടുകാർ പറയും...

'വേശൂനെക്കൊണ്ട് തോറ്റു. ഇതേത് വിത്താണാവോ?'

ഒരിക്കൽ, വേശുവിന്റെ കുഞ്ഞുങ്ങടെ അപ്പൻ കൊടിയന് കുഞ്ഞുങ്ങൾ ഇല്ലാഞ്ഞിട്ട് ദു:ഖമില്ലേ? എന്നു ചോദിച്ചപ്പോൾ ഉത്തരം വിചിത്രമായിരുന്നു!

"ഭഗവാൻ തന്നതാ കൊച്ചമ്പ്രാട്ടി. അതുങ്ങക്ക് ജീവിക്കാൻ കൊടുത്തു വെച്ചിട്ടില്ല."

"അതെന്താ വേശൂ..."

"ന്റെ കുട്ട്യോളൊക്കെ പെങ്കൊച്ചുങ്ങളാ..."

"അതിന്?"

"വെറുതെന്തിനാ? വഴി പിഴച്ചു പോയാലോ കൊച്ചമ്പ്രാട്ടി... ന്നെപ്പോലെ."

അപ്പോൾ മൃതവന്ധ്യയെന്ന് നാട്ടുകാർ പറയുന്നത്...

"അപ്പോൾ വേശൂ... പെൺകുഞ്ഞുങ്ങളെ..."

"അതൊക്കെപോട്ടെ. കൊച്ചമ്പ്രാട്ടി പോയി നല്ലൊരു മണമുള്ള സോപ്പ് എടുത്തോണ്ട് വാ..."

ഇന്നലെ വേശു മരിച്ചു. കോവിഡ് ബാധിതയായിരുന്നത്രെ.

വരണ്ട ചിരിയോടെ മണമുള്ള സോപ്പുമായി ആമ്പൽക്കുളക്കടവിലേക്ക് നടന്നകലുന്ന വേശു കണ്ണിൽ നിന്നും മായുന്നില്ല.

~~~
~~~

താന്തോന്നി

"കുറുക്കത്തെ തൊടീലെ ഇല്ലിവേലി നീക്കണ ഒച്ച കേൾക്കണ്ണ്ണ്ട്. ആരാണാവോ കാലത്തേം നേരത്തും തറവാട്ടീ കേറി വരണത്?" ഓമല പിറുപിറുത്തു.

"ഇനീപ്പൊ നെല്ലുചിക്കാൻ സമയണ്ടാവില്ല. അര്യാട്ടാനും എല മുറിക്കാനും മാധവി തമ്പ്രാട്ടി ഇപ്പൊ വിളിച്ച് പറയും. ഇന്ന് പണി മാറ്റി മോന്ത്യാവണേന്റെ മുമ്പേ കുടീ പോണംന്ന് കരുതീതാ... നാടോടി നടക്കണ രാരുതമ്പ്രാനാണേൽ കൊഴപ്പൊന്നൂല്യാ. ഒരു ഗ്ലാസ് ചായ മതീലോ." കോമ്പായിപ്പെണ്ണ് ഏറ്റുപിടിച്ചു.

"കളപ്പുരേന്നങ്കട്ട് മാറില്ല. നാട്ടിലും മറുനാട്ടിലൂള്ള തമ്പ്രാട്ടികള് പോരാഞ്ഞിട്ടാ. ന്റെ കെട്ട്യോൻ പീരൻ പറേണത് രാരുതമ്പ്രാന്റെ ഈ സൂക്കട് നിക്കണെങ്കി അയാള് ചാവണംന്നാ."

ഓമല പറയുന്നതുകേട്ട് കോമ്പായിപ്പെണ്ണ് വിലക്കി.

"ന്നാലും ഓമലേ... അത്രങ്കട്ട് വേണ്ട. ഇവിടത്തെ തമ്പ്രാട്ടീടെ അനിയനാണെന്നു പറഞ്ഞിട്ടെന്താ... ഇത്രയ്ക്കും കയ്യയച്ച് വാരിക്കോരി കൊടുക്കണ സ്വഭാവം രാരുതമ്പ്രാനെപ്പോലെ വല്ലോർക്കുംണ്ടോ. വണ്ടാർക്കളം തറവാട്ടില് തമ്പ്രാനെപ്പോലുള്ള പരോപകാരി വേറെയുണ്ടോ?"

കോമ്പായിയുടെ ന്യായീകരണം കേട്ട് ഓമല എതിർത്തു.

“തമ്പ്രാനെപ്പോലെ നേരും നെറീം കെട്ടോരും വണ്ടാർക്കളം തറവാട്ടിലില്ല.”

“പിന്ന്യേ... നിന്റെ പീരന്റെ കാര്യം പറയാണ്ടിരിക്കല്യേ ഭേദം.” ഓമലയുടെ നാവടക്കി കോമ്പായി ഗെയ്റ്റ് കടന്നുവരുന്നതാരെന്ന് നോക്കി.

രാരുതമ്പ്രാൻ! നൂറായുസ്സാ... എന്താ ഒരു ധീരത. ഗാംഭീര്യം അതിലേറെ. ഒറ്റക്കടുക്കനിട്ട രാരുതമ്പ്രാൻ ഒരു പ്രതാപി തന്നെ. തോളത്തെ തോർത്തും ചില്ലറ നരകേറി മേലോട്ടു ചീകിവെച്ച മുടിയും. നടത്തത്തിൽ തന്നെ ഒരന്തസ്സുണ്ട്. ആരേയും കൂസാത്ത ഭാവം. അല്പം ധിക്കാരം കണ്ണുകളിലുണ്ട്. ആരെടാന്ന് ചോദിച്ചാൽ എന്തെടാ എന്ന പെരുമാറ്റം.

കീഴാളപ്പെണ്ണുങ്ങളിൽ കോമ്പായിപ്പെണ്ണ് ഒരിക്കലും രാരു തമ്പ്രാനെ കുറ്റപ്പെടുത്തില്ല. അത്യാവശ്യം കൂട്ടിവായിക്കാനും എഴു താനും ചിന്തിക്കാനും കഴിയണ കോമ്പായി രാരുതമ്പ്രാന്റെ സാഹചര്യങ്ങൾ അടിയാത്തിപ്പെണ്ണുങ്ങളോട് പറയുമ്പോൾ അവർ മൂക്കത്ത് വിരൽ വെയ്ക്കും.

വണ്ടാർക്കളം തറവാട്ടിലെ നാരായണിയമ്മയെ വിവാഹം ചെയ്ത അപ്പുണ്ണിനായർ പ്രദേശത്തെ തമ്പ്രാനായിരുന്നു. നാരായ ണിയമ്മയ്ക്കും അപ്പുണ്ണിതമ്പ്രാനും രണ്ടു മക്കൾ. മൂത്തവൾ മാധവി. രണ്ടാമത്തേത് മകൻ, രാരുനായർ. അപ്പുണ്ണിനായർക്ക് മക ളെയായിരുന്നു പ്രിയം. മകൻ ചെറുപ്രായത്തിൽ തന്നെ താന്തോന്നി എന്ന പേരു സമ്പാദിച്ചവൻ. തന്റേടവും പൗരുഷ്യവുമുള്ള രാരു നായരെ തറവാട്ടു സ്ത്രീകൾക്കിടയിൽ ചിലർക്ക് സ്നേഹവും ഒപ്പം ഭയവും, മറ്റു ചിലർക്ക് വീരാരാധന. അതുമല്ലെങ്കിൽ രഹസ്യമായ ഇഷ്ടം... പ്രണയം. വീരകങ്കണം കയ്യിൽ ധരിച്ച രാരുനായർ തെമ്മാ ടിയാണെങ്കിലും ആ ആണത്തത്തെ ഇഷ്ടപ്പെട്ട സ്ത്രീകൾ നാട്ടി ലേറെയുണ്ടായിരുന്നു.

നാരായണിയമ്മയ്ക്ക് രാരുവിനെ ഏറെ സ്നേഹമാണ്. തറവാ ട്ടിൽ രണ്ടു തലമുറ മുൻപെ ജീവിച്ചിരുന്ന രാവുണ്ണിക്കുട്ടിനായരുടെ

സൗന്ദര്യവും പ്രൗഢിയും സ്വഭാവവുമാണ് മകന് ലഭിച്ചിരിക്കുന്ന തെന്ന് നാരായണിയമ്മ പറയും. അതവന്റെ കുറ്റല്ല; മുതുമുത്ത ച്ഛന്റെ സ്വഭാവസവിശേഷത പകർന്നതാണെന്നാണ് അവരുടെ വിലയിരുത്തൽ.

തറവാട്ടിലെ കണക്കില്ലാത്ത ഭൂസ്വത്ത് നാരായണിയമ്മ രണ്ടു മക്കൾക്കും തുല്യനിലയിൽ വീതിക്കുന്നതിനു പകരം, മകൻ രാരുവിന് കൃഷിയിടങ്ങളിലെ കൂടുതൽ പങ്ക് നൽകിയത്രെ. അപ്പുണ്ണി തമ്പ്രാന്റെ എതിർപ്പുകളെ മറികടന്നാണ് നാരായണിയമ്മ രാരു വിന് ഭൂസ്വത്തുക്കൾ ഇഷ്ടദാനംപോലെ നൽകിയത്.

അന്ന് മകൾ മാധവിയുടെ വിവാഹം കഴിഞ്ഞ് ഭർത്താവ് പങ്കുണ്ണി നായർ തറവാട്ടിലുണ്ട്. സാത്വികനും, ഏറെ പഠിപ്പുള്ളവനുമായി രുന്നു പങ്കുണ്ണി നായർ. തന്റെ കാലശേഷം പ്രദേശത്തെ തമ്പ്രാൻ പദവി മകനു കൈമാറാതെ, മകളുടെ ഭർത്താവിന് ആ സ്ഥാനം നൽകുവാനും അപ്പുണ്ണിനായർ തീരുമാനിച്ചു. അതിൻപ്രകാരം അധി കാരപത്രവും കാര്യങ്ങളും ആരുമറിയാതെ നീക്കി. നാരായണിയ മ്മയുടെ അച്ഛൻ ചെയ്തതുപോലെ തന്നെ. വീരപുരുഷനും, തനിക്കു ബോധിച്ചപോലെ നടക്കുന്നവനുമായ നാരായണിയുടെ അനിയനു സ്ഥാനം നൽകാതെ മകളുടെ ഭർത്താവായ അപ്പുണ്ണി നായരെ പരിഗണിച്ചതുപോലെ.

അപ്പുണ്ണിതമ്പ്രാൻ നാടുനീങ്ങി. വണ്ടാർഗ്രാമം മുതൽ കോങ്ങാട് ചന്തവരെയുള്ള ഭൂപ്രദേശത്തിന്റെ തമ്പ്രാൻസ്ഥാനം പങ്കുണ്ണി നായർക്ക് ലഭിച്ചു. നാരായണിയമ്മയ്ക്ക് ഭർത്താവു ചെയ്ത പ്രവൃ ത്തിയിൽ അശേഷം തൃപ്തി കൈവന്നില്ലെന്നു മാത്രമല്ല, മകൻ രാരുവിന് വേണ്ടി അവർ വാദിച്ചു.

മാധവിയമ്മ തയ്യാറായില്ല. അനിയൻ രാരുവിന്റെ തോന്ന്യാസ ങ്ങൾ കുപ്രസിദ്ധമാണ്. അങ്ങനെയൊരാൾ തമ്പ്രാനായാൽ നാട്ടു കാർക്കിടയിൽ അതൃപ്തിയുണ്ടാവും എന്നറിയിച്ച് അമ്മയെ അനുനയപ്പെടുത്തി.

രാരുനായർ സ്ഥാനമോഹിയായിരുന്നില്ല. അയാൾ വണ്ടാർക്കളം പടിയിറങ്ങി. ഇടയ്ക്ക് എപ്പോഴെങ്കിലും കയറി വരും. അമ്മയെ കണ്ടു പോകും.

അതിനിടയ്ക്ക് രാരുനായർ പോമോത്ത് തറവാട്ടിലെ ദേവകിയെ വിവാഹം ചെയ്തു. നാരായണിയമ്മ നൽകിയ സ്ഥലത്ത് കുറുക്കത്തെ തറവാടിനോടു ചേർന്ന് ഒരു നാലുകെട്ട് പണിതു. ദേവകിയമ്മ രാരുനായരുടെ പത്നിയായി അവിടെ താമസിച്ചു. കോമ്പായിപ്പെണ്ണ് ഇടയ്ക്ക് സഹായത്തിനെത്തുകയും ചെയ്യും.

നാട്ടിലെ ചില തറവാടുകളിൽ സ്ഥിരമായി കയറിയിറങ്ങുന്ന രാരുനായർക്ക് അവിടത്തെ തമ്പ്രാട്ടികളുമായുള്ള രഹസ്യബന്ധം നാട്ടിൽ അനുവദനീയമായ ഒരു കീഴ്വഴക്കമായിരുന്നു. പല തറവാട്ടിലും പിറക്കുന്ന കുഞ്ഞുങ്ങൾ രാരുതമ്പ്രാന്റേതാണെന്നുവരെ കവലകളിൽ സംസാരമുണ്ടായി.

താന്തോന്നിക്കും മേന്തോന്നിക്കും മരുന്നില്ലെന്ന ചൊല്ല് രാരുനായരോടു തന്നെ നേരിട്ടു പറഞ്ഞ് തമാശയാക്കുന്നവരും ഗ്രാമത്തിലുണ്ടായിരുന്നു! പകൽപോലെ തെളിഞ്ഞ സത്യങ്ങൾ പലതുണ്ടെങ്കിലും ആരും രാരുതമ്പ്രാനെ ചോദ്യം ചെയ്തില്ല. നാട്ടിലെ പ്രശസ്തമായ തറവാട്ടിലെ സന്തതി. ദേശത്തെ തമ്പ്രാന്റെ മകൻ. അതിലുപരി മിക്കസ്ത്രീകളുടെയും ആരാധനാപാത്രവും. പോരാത്തതിന് അടിയാളരുടെ പ്രത്യക്ഷ ദൈവവുമാണ്. ചോദിക്കുന്ന സമയത്ത് നെല്ലും കാശും കൊടുക്കും.

ദേവകിയമ്മ ഭർത്താവിന്റെ ദുശ്ശീലങ്ങൾ നിശ്ശബ്ദം സഹിക്കും. സ്ഥിരം പണിക്കാരോട് സങ്കടം പറഞ്ഞാൽ പുരുഷകേസരി രാരുതമ്പ്രാന്റെ പത്നിയായത് മുൻജന്മസുകൃതമായി കോമ്പായിപ്പെണ്ണ് ചിത്രീകരിക്കും.

അമ്മയുടെ കാലശേഷവും പെങ്ങളെ കാണാൻ തറവാട്ടിൽ രാരുനായരെത്തും. മാധവിയമ്മയുടെ അവഗണനയൊന്നും അയാളെ മുറിപ്പെടുത്തിയില്ല.

വരാന്തയിൽ ചാരുകസേരയിൽ ദേശത്തെ തമ്പ്രാൻ പങ്കുണ്ണി നായർ ഇരിക്കും. രാരുനായർ വന്നാൽ ആരും ഒന്നും ഉരിയാടില്ല.

രാരുനായർ കളപ്പുരയിൽ ചെല്ലും. സ്ത്രീകളെ കാണും, കുശലം പറയും, ഉരൽപ്പുരയിൽ പെണ്ണുങ്ങളോടൊപ്പം കറങ്ങും. ഒടുവിൽ അമ്മ കിടന്നിരുന്ന അകത്തറയിൽ കയറി തിരിച്ചിറങ്ങും. ഉമ്മറത്ത് വരാന്തയിലെ ചാരുപടിയിൽ തൂൺ ചാരിയിരിക്കും.

അപ്പോഴേക്കും കോമ്പായി പുറത്തെ അടുപ്പിൽ ചായകൂട്ടി മുന്നിൽ കൊണ്ടു വെയ്ക്കും. കോമ്പായിയുടെ മേലാസകലം കണ്ണുകൊണ്ടുഴിഞ്ഞ് അയാൾ ചായ കുടിക്കും.

"ഞാൻ നടക്കാ മാധവ്യോപ്പോളെ..." എന്ന് ഇറങ്ങുമ്പോൾ കേൾക്കാം.

കാലത്തെ തറവാട്ടിൽ എത്തിച്ചേർന്ന രാരുതമ്പ്രാന് ചായ കൊടുക്കുമ്പോൾ കോമ്പായി തമ്പ്രാനെ നോക്കിപ്പറഞ്ഞു.

"തമ്പ്രാന് നൂറായുസ്സാ..."

"അതെന്താ കോമ്പായിപ്പെണ്ണേ..."

"ഇല്ലിവേലി നീക്കണ ഒച്ച കേട്ടപ്പോ ഞാൻ പറഞ്ഞതാ... രാരു തമ്പ്രാനായിരിക്കുംന്ന്."

അയാൾ ചിരിച്ചു.

"കോമ്പായിപ്പെണ്ണേ... എനിക്കിനി ആയുസ്സു കൂടിയാൽ നാട്ടിലെ പെണ്ണുങ്ങൾ കഷ്ടത്തിലാവില്ലേ?"

"രാരു തമ്പ്രാനെ..."

"ദേവകീല് മാത്രല്ല മക്കള്... അവിടേം ഇവിടേം ഒക്കെണ്ട്. പക്ഷേ, ഞാൻ മരിച്ചാ... ഒരെണ്ണം വായ്ക്കരീടാനിണ്ടാവില്യാ."

അയാൾ കോമ്പായിയെ ഒന്നുകൂടി ഉഴിഞ്ഞു.

"മന്തിനും എന്റെ താന്തോന്നിത്തത്തിനും ചികിത്സയില്ല."

പഴമൊഴി പറഞ്ഞയാൾ പൊട്ടിച്ചിരിച്ചു.

"ഞാൻ നടക്കാ മാധവ്യോപ്പോളേ..."

നടന്നകലുന്ന രാരുനായർ ഒരിക്കൽപോലും തമ്പ്രാൻപദവി ചോദിച്ചിട്ടില്ല. പെങ്ങളെ വിഷമിപ്പിച്ചിട്ടില്ല.

കോമ്പായിപ്പെണ്ണിന്റെ കെട്ടിയവൻ ചത്തശേഷം രാരുതമ്പ്രാനാണത്രെ ആ കുടിൽ പോറ്റിയിരുന്നത്. ആ കുടിലിൽ ഇടയ്ക്ക് അയാൾ അന്തിയുറങ്ങുകയും ചെയ്തിരുന്നത്രെ!

പങ്കുണ്ണി നായരുടെ മരണംവരെ ഗ്രാമത്തിൽ തമ്പ്രാൻവാഴ്ച നിലനിന്നു.

തന്റെ കെട്ടിലമ്മ ദേവകി മരിച്ച ദിവസവും അയാൾ നാട്ടിലെ ഒരു തറവാട്ടിനുള്ളിലായിരുന്നത്രെ. അവിടെയെത്തി ഭാര്യയുടെ മരണവിവരം അറിയിച്ച ആളോട് 'നീ പൊയ്ക്കോ. ഇവിടെ നിൽക്കേണ്ട. ഞാൻ കുറച്ചു കഴിഞ്ഞു വരാം' എന്ന് പറഞ്ഞയച്ചത്രെ!

കാതിലെ ഒറ്റക്കടുക്കനും തോളത്തെ തോർത്തുമായി ആഢ്യതമ്പ്രാൻ എന്നും താന്തോന്നിയായി നടന്നു. തെമ്മാടിയായി ജീവിച്ചു.

എങ്കിലും അന്നാട്ടുകാർക്കെന്നും കാണപ്പെട്ടവനായിരുന്നു!

~~~
~~~

പൂതംകുളം

കുറച്ചു പഴക്കമുണ്ട്. ഒരു പെരുമഴക്കാലത്ത്. പൂതംകുളം കരകവിഞ്ഞൊഴുകിയത്രെ! ആ ആണ്ടിലുണ്ടായ വെള്ളപ്പൊക്കത്തിൽ കൃഷിയിടങ്ങളെല്ലാം വെള്ളത്തിനടിയിലായി. ഇട്ട്യേശന്റെ ഞാവായത്തൊടി വെള്ളം കേറി കിടന്നു. തെക്കേക്കണ്ടത്തിലെ കൃഷി പൂർണമായും നശിച്ചത്രെ. ഇടമുറിയാതെ പെയ്ത മഴയിൽ ഞാവായത്തൊടിയിലേക്ക് വെള്ളം ഇരച്ചുകയറിയപ്പോൾ, കുളക്കരയോടു ചേർന്നുള്ള ഇടവഴിയും തോടായി മാറി.

പണ്ടുപണ്ടാണ്. അന്ന് ഈ കുണ്ടനിടവഴി ഉണ്ടായിരുന്നില്ലത്രെ. പൂതംകുളത്തിൽ നിന്ന് കുറുണിക്കുളത്തിലേക്ക് വെള്ളം ഒഴുകുന്ന തോടായിരുന്നു ഈ ഇടവഴി. മഴ കുറഞ്ഞ രണ്ടു വർഷങ്ങളിൽ ഈ തോടിലൂടെ വെള്ളം നീർചാലായി മെലിഞ്ഞൊഴുകിയപ്പോൾ നാട്ടുകാർ കുറുണിക്കുളത്തിലേക്കുള്ള നടത്തം അതിലൂടെയാക്കി. അങ്ങനെ വെള്ളം ഒഴുകിയിരുന്ന തോട് കുണ്ടനിടവഴിയായി. പിന്നീട് കുറുണിക്കുളത്തിലേക്ക് ഒരു എളുപ്പവഴി വെട്ടി ആ തോടിനെ വഴിയാക്കുകയായിരുന്നു എന്ന് കണ്ടമുത്തനും നല്ലമ്പൊരയും പറയുകയുമായിരുന്നു.

കണ്ടമുത്തന്റെയും നല്ലമ്പൊരയുടെയും യൗവനകാലത്താണത്രെ ആ വഴി വെട്ടിത്തെളിച്ചത്. അന്നേ അത് അപകടമാണെന്ന്

താഴ്ത്തേലെ മുത്തശ്ശി പറയുമായിരുന്നത്രെ! കൂട്ടംകൂടി നടന്നു നടന്ന് ഗ്രാമവാസികൾ തോടിനെ പുതുവഴിയാക്കി മാറ്റി.

അക്കാലത്ത് കന്നുകാലികളെ കുളിപ്പിക്കുവാൻ കുറുണിക്കുളത്തിലേക്ക് പോകണമെങ്കിൽ, താഴ്ത്തേലെ തൊടിയിലൂടെ നടന്ന്, ഇട്ട്യേശന്റെ ഞാവായത്തൊടിയിലെത്തി, പൂതംകുളക്കര താണ്ടി, തോടു ചാടിക്കടന്ന് കുറുണിക്കുളത്തിലെത്തണമായിരുന്നു. ഇട്ട്യേശന്റെ നിരന്തര സമ്മർദ്ദം കൊണ്ടാണത്രെ താഴ്ത്തേലെ വീട്ടുകാർ തോടിനെ വഴിയാക്കാൻ അനുവദിച്ചത്. താഴ്ത്തേലെ മുത്തശ്ശി ആ നടപടിയെ എതിർത്തിരുന്നു. വെള്ളത്തിനൊഴുകാൻ വഴിയില്ലെങ്കിൽ അത് നാശനഷ്ടങ്ങൾ വരുത്തുമെന്ന് മുത്തശ്ശി ഗുണദോഷിച്ചത്രേ! അന്നത് ഇട്ട്യേശനും താഴ്ത്തേലെ യുവാക്കളും പുച്ഛിച്ചുതള്ളി.

ഞാവായത്തൊടിയില് കന്നുകാലികള് മേയുന്നത് തടയുകയായിരുന്നു ഇട്ട്യേശന്റെ ഉദ്ദേശ്യം. തോടിന്റെ സമീപം ചൂണ്ടയിട്ടു നിൽക്കുന്ന ചെറുമക്കുട്ടികളുടെ ശല്യവും തീരുമെന്ന് താഴ്ത്തേലെ തറവാട്ടുകാരും കരുതി.

എത്രയോ കാലം മുൻപ് പടുത്തുയർത്തിയ കുളക്കടവിന് വലിയ കേടുപാടുകളൊന്നും സംഭവിച്ചില്ല. എങ്കിലും പൂതംകുളം നിറഞ്ഞൊഴുകിയപ്പോൾ കുളത്തിന്റെ വക്കിനോടു ചേർന്ന കുളപ്പുരയുടെ പല ഭാഗവും ഇടിഞ്ഞു വീണു. കുളപ്പുര നേരാക്കാൻ താഴ്ത്തേലെ യുവാക്കൾക്ക് വലിയ താല്പര്യമൊന്നുമുണ്ടായിരുന്നില്ല. അതിനാൽ ആവശ്യത്തിന് ചെങ്കല്ലും മണ്ണും കുമ്മായവുമൊന്നും കിട്ടാതെ കണ്ടമുത്തൻ വലഞ്ഞു. എങ്കിലും കണ്ടമുത്തനും നല്ലൊമ്പരയും ചേർന്ന് കുളപ്പുരയുടെ അറ്റകുറ്റപ്പണികൾ തീർത്തു.

താഴ്ത്തേലെ പുതുതലമുറയിലെ യുവാക്കളും ഇട്ട്യേശന്റെ മകനും ചേർന്ന് ആ തോട് വീണ്ടും വഴിയാക്കാൻ പദ്ധതിയിട്ടു. ഇടവഴിയല്ല, പെരുവഴി തന്നെയായിരുന്നു ലക്ഷ്യം.

അന്ന് മുന്നറിയിപ്പ് നൽകാൻ താഴ്ത്തേലെ മുത്തശ്ശിയില്ല. വാർദ്ധക്യത്തിലെത്തിയ കണ്ടമുത്തനും നല്ലൊമ്പരയും പൂതംകുളത്തിന്റെ കിടപ്പുവശം പറഞ്ഞെങ്കിലും ആരും ചെവിക്കൊണ്ടില്ല.

അങ്ങനെ തോട് നികത്തി വഴിയാക്കി. മണ്ണിട്ട് മണ്ണിട്ട് പെരുവഴിയാക്കി. തെക്കേ കണ്ടത്തിന്റെ വിസ്തൃതി കുറഞ്ഞു. കുറുണിക്കുളത്തിലേക്ക് കന്നുകാലികളെ തെളിക്കുന്നവർ മാത്രമല്ല, വലിയൊരു തക്കിടിമുണ്ടൻ സംഘവും ഈ പെരുവഴിയിലൂടെ പാഞ്ഞു നടന്നു.

പ്രതീക്ഷകളെ അസ്ഥാനത്താക്കി കടുത്ത വേനലിലും വറ്റാത്ത പൂതംകുളം വരണ്ടു തുടങ്ങി. താഴ്ത്തേലെ തറവാട്ടുകാരുടെ തേച്ചുകുളി, മുങ്ങിക്കുളി, തീണ്ടിക്കുളി എല്ലാം നിലച്ചു.

കുറുണിക്കുളവും പൂതംകുളത്തിന്റെ നിലപാട് കൈക്കൊണ്ടു.

വർഷങ്ങൾ പലതു പിന്നിട്ടു. ഒരു തോരാമഴയിൽ പൂതംകുളത്തിന്റെ സ്മാരകമെന്നോണം നിന്നിരുന്ന കുളപ്പുരയും നിലം പൊത്തി. കുളത്തിനോടു ചേർന്നുള്ള പെരുവഴിയിൽ വീടുകൾ പൊങ്ങി.

പിന്നീട് കാലമെത്താതെ പെയ്ത തകർപ്പൻ മഴയിൽ പൂതംകുളവും കുറുണിക്കുളവും ഒലിച്ചു പോയി. ഇന്നവരെ ആ ഗ്രാമത്തിനറിയില്ലത്രെ!

~~~
~~~

കമ്രാംഗി

രായിപ്പെണ്ണിന്റെ കല്യാണം ഒരു കഥയാണ്. വെള്ളിയാങ്കല്ല് ദേശത്തെ നടുക്കിയ കഥ!

കരപ്പറമ്പിനോടു ചേർന്നു നിൽക്കുന്ന മാടപ്പുരകളിലെ സ്ത്രീകളെ അദ്ഭുതസ്തബ്ധരാക്കിയ കഥ!

തച്ചിച്ചി പത്മത്തിന് പറഞ്ഞു ചിരിക്കുവാനുള്ള കഥ!

ഒടുവിൽ മണവാളന്റെയും മണവാട്ടിയുടെയും കുടിവരവിൽ രായിപ്പെണ്ണ് ഏറെ കമ്രാംഗിയുമായ കഥ!

ഇതിലേതാണ് ആദ്യം എഴുതേണ്ടത്?

വെള്ളിയാങ്കല്ല് ദേശം നടുങ്ങിയ കഥ തന്നെ ആദ്യം പറയാം.

കാടോടിയായിരുന്ന കൂരൻ കുറുഞ്ഞിമലയിലുള്ള കൊടുങ്കാട്ടിലാണ് മാടം കെട്ടി ജീവിച്ചിരുന്നത്.

കൂരന്റെ ദേശം ഏതെന്നോ, കൂരന്റപ്പനും അമ്മയും ആരെന്നോ ആർക്കുമറിയില്ല. കൂരനുമറിയില്ലെന്നുള്ളതാണ് വിചിത്രം!

വന്യമൃഗങ്ങളുമായി ഇണങ്ങിച്ചേർന്നതായിരുന്നു ജീവിതരീതി എന്നാണ് കേട്ടുകേൾവി. വെള്ളിയാങ്കല്ല് ദേശത്തുള്ളവർ, ചുവന്ന കണ്ണുകളും നീണ്ട മരക്കൊമ്പുകൾ പോലെയുള്ള ബാഹുക്കളും പച്ചിരുമ്പിന്റെ ശരീരബലവും ഉറച്ച മാംസപേശിയുമുള്ള കൂരനെ കാട്ടുജന്തുവിനോടുപമിക്കാറുണ്ടായിരുന്നു. കുറിയവനെങ്കിലും

കണ്ടാൽ ഭയം തോന്നുമായിരുന്നത്രേ! കൂരന്റെ വേഷം പുലിത്തോൽ ആയിരുന്നുവെന്നതാണ് അത്യാശ്ചര്യം!

മൂന്നു മാസത്തിലൊരിക്കൽ അയാൾ വെള്ളിയാങ്കല്ല് ഗ്രാമത്തിലെത്തും. കണിയാരം കുളത്തിൽ മുങ്ങി നിവർന്ന് വീണ്ടും മലയിലേക്ക് ഒരു പോക്കു പോകുമത്രെ. വേട്ടയാടി പിടിച്ച കാട്ടുപന്നി, മുയൽ തുടങ്ങിയ മൃഗങ്ങളുടെ മാംസവും, കുറുഞ്ഞി മലയിലെ കായ്കനികളും ഭക്ഷിക്കാറുണ്ടെന്ന് പറഞ്ഞു കേട്ടിട്ടുണ്ട്. വായ്മൊഴിയായി പ്രചരിച്ച കൂരന്റെ കഥയിൽ കുറച്ചൊക്കെ അതിശയോക്തി കലർന്നിട്ടുണ്ടാവാം. അയാൾ പുലിത്തോൽ ധരിച്ച് ചൂടും തണുപ്പും അകറ്റി, കാട്ടരുവികളിലെ വെള്ളം കുടിച്ച് ദാഹം ശമിപ്പിച്ചു.

ഒരിക്കൽ കൂരൻ, കണിയാരം കുളത്തിൽ മുങ്ങി നിവർന്നപ്പോൾ കുളത്തിനു നടുവിൽ സുന്ദരിയായ വനദേവത പ്രത്യക്ഷപ്പെട്ടു വത്രെ! അടുത്തു പോയി വനദേവതയെ തൊട്ടപ്പോൾ ദേവത അതീവ സുന്ദരിയായി കൂരന് തോന്നി. കൊടുങ്കാട്ടിൽ തനിക്ക് കൂട്ടായി ദേവതയെ കിട്ടിയാൽ നന്നെന്നു കരുതി കുളത്തിന്റെ നടുവിൽ വിടർന്ന ആ സുന്ദരിയേയും ചുമന്ന് അയാൾ മലയിലേക്കു കയറി.

ചെള്ളിയുടെയും പേച്ചിയുടെയും മകൾ മനോഹരിയായ രായിപ്പെണ്ണിനെ കാണാതായ വാർത്ത വെള്ളിയാങ്കല്ല് ദേശത്ത് കാട്ടുതീ പോലെ പരന്നു. നാടായ നാടും കാടായ കാടും തിരഞ്ഞു. രായിപ്പെണ്ണിന്റെ പൊടിപോലും കണ്ടെത്താൻ കഴിഞ്ഞില്ല.

വീട്ടുകാരും നാട്ടുകാരും മടുത്ത് തിരച്ചിൽ നിർത്തി.

പിന്നീട് കൂരൻ മൂന്നു മാസത്തിനു ശേഷം കണിയാരം കുളത്തിൽ കുളിക്കാനെത്തി. ചുവന്നുതുടുത്ത് കമ്രാംഗിയായ രായിപ്പെണ്ണും ഒപ്പമുണ്ടായിരുന്നു. ശോഭനങ്ങളായ അവയവങ്ങളെ അവൾ മാൻതോലണിഞ്ഞ് മറച്ചിരുന്നു.

വെള്ളിയാങ്കല്ല് ദേശം നടുങ്ങി.

കരപ്പറമ്പിനോടു ചേർന്നുള്ള മാടപ്പുരകളിലെ പെണ്ണുങ്ങൾ കണിയാരം കുളത്തിലേക്ക് പാഞ്ഞു. കുടിവഴക്ക് നിത്യസംഭവമാക്കിയ പേച്ചിയുടെ അഴകുണ്ടായിരുന്ന മകൾ രായിപ്പെണ്ണിന്റെ

അവസ്ഥ കാണാൻ കരപ്പറമ്പിലെ പെണ്ണുങ്ങൾക്ക് ആക്രാന്തമായി. കുളത്തിന്റെ കരയിൽ പുലിത്തോലണിഞ്ഞ കൂരനും മാൻതോലണിഞ്ഞ ഭംഗിയുള്ള രായിപ്പെണ്ണും! കാട്ടിൽ പൊറുത്തിട്ടും രായിപ്പെണ്ണിന്റെ അഴക് ഒട്ടും കുറഞ്ഞിരുന്നില്ല! മാടപ്പുരകളിലെ സ്ത്രീകൾ അദ്ഭുതപരതന്ത്രരായി! എന്നാലും പെണ്ണിന്റെ ഒരു ചന്തം!

വാർത്ത കേട്ട് തച്ചിച്ചി പത്മം തത്രപ്പെട്ട് കണിയാരം കുളക്കരയിലെത്തി. മാൻതോലണിഞ്ഞ രായിപ്പെണ്ണ്. പേച്ചിയുടെ സന്തതിയല്ലേ? ഇതും ഇതിലപ്പുറവും വേണം.

തച്ചിച്ചി പത്മത്തിന്റെ വട്ടക്കണ്ണുകളും മലച്ച ചുണ്ടും കണ്ട് പേച്ചി ഒരു ദിവസം പരിഹസിച്ച് ചിരിച്ചത്രെ! അങ്ങനെ പുലിത്തോലണിഞ്ഞ കാടൻ കൂരൻ രായിപെണ്ണിനെയും കൊണ്ട് നടക്കുന്ന കഥ പത്മത്തിന് പറഞ്ഞു ചിരിക്കുവാനുള്ള വകയുമായി.

അക്കാലത്ത് വെള്ളിയാങ്കല്ല് ദേശത്ത് വന്ന് താമസമാക്കിയ ശരവണനും വടിവേലുവും നാട്ടിലെ എല്ലാവർക്കും വേണ്ടപ്പെട്ടവരായിത്തീർന്നിരുന്നു.

രായിപ്പെണ്ണിനേയും അപരിഷ്കൃതനായ കൂരനേയും പേച്ചിയുടെ കുടിയിലേക്കാനയിക്കാൻ ആരും തയ്യാറായില്ല. ചെള്ളിയും പേച്ചിയും മകളെ കാണാൻ കുളക്കരയിൽ വന്നില്ല. എന്തായാലും ഒന്നിച്ചു ജീവിച്ചു. ഇനി കൂരയിൽ കയറ്റണം.

ചെള്ളി ശരവണനെ കൂവി. ശരവണൻ വടിവേലുവിനേയും.

ശരവണനും വടിവേലുവും ആളുകൾക്കിടയിലൂടെ ഊർന്ന് രായിപ്പെണ്ണിന്റേം കൂരന്റേം അടുത്തെത്തി. അറിയിച്ചു.

“അപ്പനും തള്ളേം കൂരയിൽ കാത്തിരിക്കണ്...”

ശരവണനും വടിവേലുവും അന്ന് രായിപെണ്ണിന്റെയും കൂരന്റെയും കുടിവരവിൽ ഒത്തുചേർന്നു.

രായിപ്പെണ്ണ് കുടിയിലെത്തി പേച്ചിയുടെ ചുവന്ന പുടവ ചുറ്റി കൂടുതൽ കമ്രാംഗിയായി. കൂരൻ ചെള്ളിയുടെ മുണ്ടുടുത്ത് നാട്ടുവാസിയുമായി.

കമ്രാംഗി രായിപ്പെണ്ണിന്റെയും കാടോടി കൂരന്റെയും വെള്ളിയാങ്കല്ല് ദേശത്തിന്റെയും കഥ കേട്ടില്ലേ?

~~~
~~~

മായ്ച്ചിട്ടും മായാത്ത നിറങ്ങൾ

തീവണ്ടി സ്റ്റേഷനിൽ നിന്ന് എടുക്കുവാൻ മിനുട്ടുകൾ മാത്രം ബാക്കി. സ്റ്റേഷനിലേക്ക് ഓടിക്കയറുമ്പോൾ അനൗൺസ്മെന്റ് ഉയർന്നു കേട്ടിരുന്നു. ചൂളംവിളി കേട്ട മാത്രയിൽ ചാടിക്കയറി. കിതപ്പടക്കുവാൻ കംപാർട്ടുമെന്റിന്റെ വാതിൽ കമ്പിയിൽ പിടിച്ച് ഒരു നിമിഷം നിന്നു. ഇനിയും ഗ്രാമത്തിൽ നിന്നാൽ ആളുകൾ വളഞ്ഞിട്ട് തല്ലും. കടം വാങ്ങിയ സംഖ്യ തിരിച്ചു നൽകുവാൻ എന്തെങ്കിലും ഒരു ജോലി, അതാണ് ഉദ്ദേശ്യം. അമ്മയെയും ചേച്ചിയേയും ജനങ്ങൾ ഉപദ്രവിക്കുവാൻ വഴിയില്ല. സേതുരാമ മേനോന്റെ ഭാര്യ സാത്വികയായ ശ്രീദേവിയെ എല്ലാവർക്കും അറിയാവുന്നതാണല്ലോ. തന്റെമേൽ ഒന്നിനുപിറകെ ഒന്നായി ദുര്യോഗം വന്നു വീഴുകയായിരുന്നു.

അപ്രതീക്ഷിതമായിട്ടായിരുന്നു ചേച്ചി അമ്പിളിയെ കാണാതായത്. നാലുദിവസം കഴിഞ്ഞാണറിഞ്ഞത്, ഇഷ്ടപ്പെട്ടവനോടൊപ്പം ജീവിക്കുവാൻ തീരുമാനിച്ചിറങ്ങിയതാണെന്ന്.

കുടുംബത്തിൽ നിന്നും ഇങ്ങനെയൊരുത്തനെ വിവാഹം കഴിപ്പിച്ചു തരില്ലെന്നറിയാമായിരുന്നതു കൊണ്ട് ഒരു സൂചനപോലും നൽകിയിരുന്നില്ല. അയാളെ ഇത്രത്തോളം സ്നേഹിച്ചിരുന്നത് തന്നെ അറിയിച്ചിരുന്നെങ്കിൽ, അച്ഛനെ കാര്യം പറഞ്ഞ് മനസ്സിലാക്കിയെടുക്കാമായിരുന്നു. പഠനംപോലും പൂർത്തിയാക്കാതെയുള്ള മകളുടെ ഒളിച്ചോട്ടം അച്ഛനെ തളർത്തിക്കളഞ്ഞു. ഏഴെട്ട് മാസ

ങ്ങൾക്കുശേഷം ഗർഭിണിയായ മകൾ ഒറ്റയ്ക്ക് വീട്ടിൽ വന്നു കയറി. കൊണ്ടുപോയവന് ഭാര്യയും കുട്ടികളുമുണ്ടായിരുന്നത്രെ.

അച്ഛനമ്മമാരുടെ തുടർന്നുള്ള ജീവിതത്തിൽ കരിനിഴൽ വീണു. മകളുടെ ആത്മഹത്യാശ്രമം, പാതിജീവനുമായി ചലനമറ്റ കിടത്തം, മകൾക്ക് മാസം തികയാതെ ഉണ്ടായ കുഞ്ഞിന്റെ അസുഖങ്ങൾ... ജീവിതം വഴിമുട്ടി നിന്നു. അണപൈസ കടം വാങ്ങാതെ കുടുംബം പോറ്റിയിരുന്ന അച്ഛന്റെ ഹൃദയാഘാതം മൂലമുള്ള മരണം കൂടിയായപ്പോൾ കുടുംബത്തിന്റെ താളം തെറ്റി. ജീവിതത്തിന്റെ ഊടുംപാവും നെയ്യാൻ തനിക്ക് പഠനം നിർത്തി പണിക്കിറങ്ങേണ്ടി വന്നു.

പക്ഷേ, ചേച്ചിയുടെയും കുഞ്ഞിന്റെയും ചികിത്സാചെലവ് താങ്ങാവുന്നതിലും അപ്പുറമായി. കുറേശ്ശെ കടംവാങ്ങിത്തുടങ്ങി. പ്രാരാബ്ധങ്ങളുടെ പട്ടിക നീണ്ടു. അമ്മയും രോഗിണിയായി. തനിക്ക് കടം തന്നവർ പലിശ സഹിതം ഈട്ടം കൂട്ടി വെച്ച് രാവിലെ മുതൽ വീട്ടിൽ കയറിയിറങ്ങുവാൻ തുടങ്ങി. പൈസ തിരിച്ചു നൽകാൻ കഴിയാതെ വാക്കേറ്റമായി, കയ്യാങ്കളിയായി. ഒടുവിൽ നാട്ടുകാരിൽ നിന്ന് താൽക്കാലിക രക്ഷനേടാൻ കള്ളവണ്ടി കയറി.

എ.സി. കംപാർട്ടുമെന്റാണത്. നാലു പുരുഷൻമാർ... ഒരു സ്ത്രീയും കംപാർട്ടുമെന്റിലുണ്ട്. പുരുഷൻമാരുടെ അസഭ്യ സംസാരം സ്ത്രീയ്ക്ക് അരോചകമാകുന്നുണ്ട്. അവർ അതിലൊന്നും ശ്രദ്ധ കൊടുക്കാതെയിരിക്കുകയാണെന്ന് മനസ്സിലായി.

വണ്ടി ഒരു സ്റ്റേഷനിൽ നിന്നപ്പോൾ എ.സി. കംപാർട്ടുമെന്റിൽ നിന്ന് ഇറങ്ങാൻ ശ്രമിക്കുമ്പോഴാണ് കണ്ടത്. അതിൽ പ്രായം ചെന്ന പുരുഷൻ സ്ത്രീയുടെ തോളിൽ സ്പർശിക്കുന്നു. വണ്ടി ഓടാൻ തുടങ്ങി. പുരുഷൻമാരിൽ രണ്ടാമത്തെ ആൾ ഇരയെ കിട്ടിയ വ്യാഘ്രത്തെ പോലെ സ്ത്രീയുടെ മുഖത്തു നോക്കി, വായ തുറന്നു. ആ ദുർഗന്ധം താങ്ങുവാൻ കഴിയാതെ സ്ത്രീ എഴുന്നേറ്റപ്പോൾ സാരിത്തുമ്പിൽ പിടിച്ചു വലിച്ചു മൂന്നാമത്തവൻ. അവർ

മലർന്നടിച്ചു താഴെ വീണു. ഇനി കണ്ടു നിൽക്കാൻ കഴിയില്ല. നാലു ആഭാസന്മാരെയും മൂക്കിടിച്ച് മുട്ടുകുത്തിച്ചു. വണ്ടി അടുത്ത സ്റ്റേഷനിൽ നിർത്തി. നാലുപുരുഷൻമാരും ഇറങ്ങിയോടി.

സ്ത്രീ തന്റെ നന്ദി രേഖപ്പെടുത്തിക്കൊണ്ട് അവരുടെ ബർത്തിൽ കയറി ഉറങ്ങാൻ കിടന്നു. താഴെയുള്ള ബർത്തിൽ കിടന്നിട്ടും ഉറക്കം വന്നില്ല. ആ സ്ത്രീ ആരാണെന്നോ അവർ എങ്ങോട്ടാ ണെന്നോ അറിയാതെ വണ്ടി നീങ്ങി.

പെട്ടെന്ന് ഘോരമായ ഒരു മുഴക്കത്തോടെ ട്രെയിൻ പാളം തെറ്റി. അഞ്ചിലധികം കംപാർട്ടുമെന്റുകൾ കുത്തനെയുള്ള ചതുപ്പിലേക്ക് കൂപ്പുകുത്തി. ബർത്തിൽ നിന്ന് താഴേക്ക് ഉരുണ്ടുവീണ സ്ത്രീ യേയും എടുത്ത് കംപാർട്ടുമെന്റിൽനിന്ന് പുറത്തുചാടി. അവരുടെ തല പൊട്ടി ചോരയൊലിക്കുന്നു. അവരെ ഏറ്റിക്കൊണ്ട് കുറച്ച് മുന്നോട്ടു നടന്നു. റോഡിലെത്തി ഓട്ടോ കൈകാണിച്ച് നിർത്തി.

ഹോസ്പിറ്റലിൽ നാലുദിവസം. തന്റെ ശരീരത്തിലെ ചെറിയ മുറിവുകളും കരിയുന്നത് അറിഞ്ഞു. ഹോസ്പിറ്റലിൽ നിന്ന് ഡിസ്ചാർജ്ജ് ചെയ്തപ്പോൾ അവർതന്നെ ബിൽ അടച്ചു. തനിക്കു വന്ന ചെലവും അവർതന്നെ തീർത്തു. എന്തെങ്കിലും ചോദിക്കു വാൻ കഴിയുന്നതിനു മുൻപ് അവർ ബാഗ് തുറന്ന് ഒരു വിസിറ്റിങ്ങ് കാർഡ് എടുത്തു തന്നു. ആരെന്നു പറയാതെ നടന്നു.

തിരിച്ച് വീട്ടിലെത്തിയപ്പോൾ ജീവിതം പണ്ടത്തേതിനേക്കാൾ പരിതാപകരമായി. കടക്കെണിയിൽ നിന്ന് മോചനം നേടിയേപറ്റൂ. അവർ നൽകിയ വിസിറ്റിങ്ങ് കാർഡ് പോക്കറ്റിൽ കിടന്ന് മുഷി ഞ്ഞിട്ടുണ്ട്.

അവിടേയ്ക്കാണ് യാത്ര. ഓർമയുണ്ടാകുമോ എന്നറിയില്ല. പോയി നോക്കുകതന്നെ. ചെറുതായി മന്ദഹസിച്ചു കൊണ്ടായിരുന്നു അന്ന് കാർഡ് തന്നത്. ആവശ്യം വരുമ്പോൾ അങ്ങോട്ടു വരാൻ ക്ഷണിച്ചു കൊണ്ടുള്ളതായിരിക്കുമല്ലോ.

കൊച്ചി നഗരത്തിന്റെ മദിപ്പിക്കുന്ന കൊഴുപ്പ്. പട്ടണത്തിന്റെ ഹൃദയഭാഗത്ത് നാലുനിലകളിൽ സ്ഥിതി ചെയ്യുന്ന ടെക്സ്റ്റയിൽസ് കെട്ടിടം. അവിടേക്ക് കയറിച്ചെന്നു. ആഡംബരമാർന്ന ശിവാം ബിക ടെക്സ്റ്റയിൽസ്.

കാർഡ് കാണിച്ചു.

"ആ കാണുന്നതാണ് ഓഫീസ് റൂം." സുന്ദരിയായ റിസപ്ഷ നിസ്റ്റ് ഷോപ്പിനഭിമുഖമായി നിൽക്കുന്ന ഒരു കെട്ടിടത്തിലേക്ക് വിരൽ ചൂണ്ടി. നന്ദി പറഞ്ഞ് റോഡ് ക്രോസ് ചെയ്തു.

നിന്നു പരുങ്ങുന്നതുകണ്ട് കെട്ടിടത്തിനു മുന്നിൽ നിൽക്കുന്ന വാച്ച്മാൻ ചോദിച്ചു.

"എന്തു വേണം?"

"ഈ വിസിറ്റിങ്ങ് കാർഡ്..."

"ശിവാംബിക മാഡത്തെ കാണാൻ വന്നതാണോ? മാഡം ഇപ്പോൾ ഓഫീസിൽ ഉണ്ട്."

വൃത്തിയായി പാന്റ്സും ഷർട്ടും ധരിച്ച ഒരു പയ്യൻ കെട്ടിട ത്തിന്റെ ഉള്ളിലേക്ക് കൊണ്ടുപോയി. ആ കാർഡ് വാങ്ങി ഓഫീസിൽ കയറി.

"താങ്കൾ ആരെന്നു പറയണം?" പയ്യൻ ചോദിച്ചു.

ഒരു നിമിഷം ശങ്കിച്ച് പേഴ്സിൽ സൂക്ഷിച്ചിരുന്ന തന്റെ ഒരു ബ്ലാക്ക് ആന്റ് വൈറ്റ് ഫോട്ടോയും നൽകി.

പയ്യൻ പുറത്തു വന്ന് കാർഡും ഫോട്ടോയും തിരിച്ചു തന്നു. അരമണിക്കൂർ അവിടെ ഇരിക്കുവാൻ പറഞ്ഞു. ആ അരമണിക്കൂറി നുള്ളിൽ മോടിയുള്ള വസ്ത്രം ധരിച്ചവർ ഓഫീസിലേക്ക് കയറുന്നുണ്ട്... ഇറങ്ങിപ്പോകുന്നുണ്ട്.

ഏകദേശം അമ്പതുമിനുട്ടായിക്കാണും. ഓഫീസിന്റെ വാതിൽ ക്കൽ നിന്നിരുന്നവൻ ഓടിവന്ന് പറഞ്ഞു.

“ശിവാംബിക മാഡം വരുന്നുണ്ട്. ഇവിടെ നിൽക്കാതെ അപ്പുറത്തേക്ക് മാറിക്കോളു.”

കസേരയിൽ നിന്ന് ചാടിയെഴുന്നേറ്റ് പിൻമാറി.

അവർ ഓഫീസിനുള്ളിൽ നിന്ന് പുറത്തിറങ്ങി അവിടെ നിന്ന പരിചാരകനോട് എന്തോ ചോദിക്കുന്നു.

അപ്പുറത്തേക്കു മാറിനിന്ന തന്നെ അയാൾ അടുത്തു വന്ന് വിളിച്ചു. താൻ പോയി കാറിൽ കയറിക്കോളാൻ മാഡം പറഞ്ഞു എന്ന് ചെറിയ അവജ്ഞയോടെ അറിയിച്ചു.

ഡ്രൈവർ കാറിന്റെ പിൻസീറ്റ് തുറന്നു. കാറിൽ കയറിയിരുന്നതും അവർ വന്ന് മുൻസീറ്റിൽ കയറി. ഡ്രൈവർ കാറെടുത്തു. കാർ ശിവാംബിക ടെക്സ്റ്റയിൽസ് വിട്ട് പല വഴികളിലൂടെ സഞ്ചരിച്ചു. ഒടുവിൽ മനോഹരമായ ഒരു വീടിന്റെ വിശാലമായ മുറ്റത്തേക്ക് കാർ ചരിഞ്ഞ് കയറി. കാർ നിർത്തിയിട്ട ഉടനെ അവർ ഇറങ്ങി.

“കുഞ്ഞോനേ...” അവരുടെ നീട്ടി വിളിയിൽ വെളുത്തു കുറുകിയ ഒരു മധ്യവയസ്കൻ ഓച്ഛാനിച്ചെത്തി.

പുറത്തെ ഔട്ട് ഹൗസിനപ്പുറമുള്ള ചെറിയ സുന്ദരമായ വീടു ചൂണ്ടി അവർ പറഞ്ഞു.

“താക്കോലെടുക്കൂ.”

കുഞ്ഞോൻ താക്കോലെടുത്തു കൊണ്ടുവന്നു.

ആ താക്കോൽ തനിക്കു നേരെ നീട്ടി അവർ പറഞ്ഞു. “ഇനി മുതൽ അവിടെ താമസിച്ചോളു. നാളെ മുതൽ ജോലിക്ക് വരാം.”

എസ്.എസ്.എൽ.സി, പ്രീഡിഗ്രി സർട്ടിഫിക്കറ്റുകൾ മാത്രമാണുള്ളത്. അത് ആ കാൽക്കൽ സമർപ്പിച്ചു. കുഞ്ഞോൻ ആ ഫയൽ എടുത്ത് ഉള്ളിലേക്കു പോയി.

പിറ്റേന്ന് മുതൽ ശിവാംബിക ടെക്സ്റ്റയിൽസിന്റെ ഓഫീസിൽ ജോലിക്കു പോയി തുടങ്ങി. ക്ലറിക്കൽ പോസ്റ്റ്. ഒപ്പം പൂർത്തീകരി

ക്കാത്ത ഡിഗ്രി പഠനവും തുടർന്നു. ബിരുദം നേടിക്കഴിഞ്ഞപ്പോൾ ഉയർന്ന തസ്തികയിലേക്ക് കയറ്റം കിട്ടി. ഒടുവിൽ ബിസിനസ് സ്ഥാപനത്തിന്റെ മാനേജർ പദവിയിലേക്ക് ഉയർന്നു.

സേതുരാമമേനോന്റെയും ശ്രീദേവിഅമ്മയുടേയും മകൻ അശോക് എന്ന തന്റെ ജീവിതത്തിലെ വഴിത്തിരിവുകൾ അദ്ഭുതത്തോടുകൂടി നോക്കിക്കാണാനാണിന്നിഷ്ടം.

ശിവാംബിക മാഡത്തിന് അശോക് ഇല്ലാതെ യാത്രപോലും പറ്റാത്ത നിലയിലായി. എല്ലായിടത്തും അശോക് വേണം. അശോകിനെ ബിസിനസ് ഉന്നതരെ പരിചയപ്പെടുത്തുവാനും മറന്നില്ല. ശിവാംബിക മാഡത്തിന്റെ സ്വഭാവത്തിലും പെരുമാറ്റത്തിലും കൈവന്ന ഉല്ലാസഭാവത്തിൽ ജോലിക്കാർ പലരും സന്തോഷത്തിലാണ്.

ആ സമയത്താണ് ശിവാംബികമാഡത്തിന്റ ബിസിനസ് സാമ്രാജ്യത്തിന്റെ അസിസ്റ്റന്റ് മാനേജരുടെ മകൾ കീർത്തിയോടുള്ള പ്രണയം അശോകിൽ കൊടുമ്പിരിക്കൊണ്ടത്. കീർത്തിയില്ലാതെ അശോകിന് ജീവിക്കുവാൻ കഴിയാത്ത അവസ്ഥ. കീർത്തിയുടെ കാര്യവും അങ്ങനെ തന്നെ. ശിവാംബികമാഡം യാത്രയ്ക്കു ക്ഷണിക്കുമ്പോൾ മനസ്സില്ലാമനസ്സോടെ പോകേണ്ട അവസ്ഥയാണ് അശോകിന്. ഒരു ദിവസം അശോകിനെ കാണാൻ തന്റെ സുന്ദരമായ വീട്ടിൽ കയറിയ ശിവാംബിക കാണുന്നത് അശോകും കീർത്തിയും തമ്മിലുള്ള പ്രണയ സല്ലാപങ്ങളാണ്. ഒന്നും പറയാതെ മുൻവാതിൽ ചാരി തിരിച്ചുപോന്നു.

ശിവാംബികമാഡത്തിന് ഒന്നിലും ശ്രദ്ധയില്ലാതെയായി. ആർക്കും അതിനുള്ള ഉത്തരം കിട്ടിയില്ല. അവർ മിണ്ടാട്ടമില്ലാതെ മാനസികനിലതന്നെ തകരാറിലായ അവസ്ഥയിലെത്തി. വീട്ടിൽ ഒതുങ്ങിക്കൂടി. ഇടയ്ക്ക് ജനൽ തുറന്ന് അപ്പുറത്ത് അശോക് താമസിക്കുന്ന വീട്ടിലേക്ക് നോക്കിയിരിക്കും.

തന്നെ വളർത്തിയ ശിവാംബികമാഡത്തോട് തീർത്താൽ തീരാത്ത കടപ്പാടുണ്ട് അശോകിന്.

ഒരു ദിവസം...

അവർ നല്ലൊരു അവസ്ഥയിൽ ഇരിക്കുമ്പോൾ അശോക് റൂമിൽ കയറി. മിണ്ടാതെ വിദൂരതയിലേക്ക് മിഴികൾ നട്ടിരിക്കുന്ന അവരോട് കാരണം തിരക്കി.

"മാഡം എനിക്ക് ജോലി നൽകി... ജീവിതം തിരിച്ചു നൽകി. അവിടെ നിന്നങ്ങോട്ട് ഇവിടംവരെ എത്തിച്ചു. എന്റെ ജീവിതത്തിലെ നേട്ടങ്ങൾക്കു കാരണക്കാരിയായി. ഒന്നും ഇതുവരെ പറഞ്ഞിട്ടില്ല. സത്യത്തിൽ നിങ്ങളാരാണ്?"

ഒരു നിമിഷത്തെ മൗനം.

"പ്രഹേളിക."

പൊടുന്നനെയായിരുന്നു ഉത്തരം.

അവിടെ നിന്നിറങ്ങിയ അശോക് കീർത്തിയുടെ ചുമലിൽ കൈവച്ചു പറഞ്ഞു.

"അവർ ഒരു പ്രഹേളികയാണത്രെ."

"എന്താ അശോകേട്ടാ അതിനർത്ഥം?" കീർത്തി നിഷ്കളങ്കമായി ചോദിച്ചു.

അശോക് ശബ്ദം താഴ്ത്തി പറഞ്ഞു. "എനിക്കും എല്ലാമൊരു പ്രഹേളികയാണ്."

കീർത്തിയുമായി തൊട്ടുരുമ്മി നടന്നകലുന്ന അശോകിനെ നോക്കിനിന്ന ശിവാംബികയുടെ കണ്ണിൽ നിന്നടർന്ന നീർത്തുള്ളികൾ അവർ കാൽചവിട്ടി മായ്ച്ചു. എത്ര മായ്ച്ചിട്ടും മായാത്ത നിറങ്ങളെ ഓർത്ത് അവർ വിതുമ്പിക്കരഞ്ഞു.

~~~
~~~

കരണ്ടി

"തറവാടു വിറ്റൂത്രെ! അതും പെട്ട വെലയ്ക്ക്."

മലർക്കാവ് തറവാട്ടിലെ വാട്സാപ്പ് ഗ്രൂപ്പിൽ വന്ന മെസേജ് ചിലർ കണ്ടെന്നു നടിച്ചു. മറ്റു ചിലർ പ്രതികരിച്ചതേയില്ല.

യുവതലമുറയോ, നമുക്കിതിലെന്തു കാര്യം എന്ന തോന്നലിൽ കണ്ണടച്ചു.

എന്തായാലും ചെറിയൊരോഹരി തങ്ങൾക്കും ലഭിക്കുമല്ലോ.

വിറ്റത് എല്ലാവരും ഒരുമിച്ചു ജീവിച്ച തറവാടാണെങ്കിലും അത് ചെയ്തത് തറവാട്ടിലെ മൂത്ത കാർന്നോരാണല്ലോ. തറവാടിനോട് മാനസിക അടുപ്പം വെച്ചുപുലർത്തിയിരുന്നവർ അതോർത്ത് എതിർത്തില്ല. വയസ്സിനു മൂത്തവരെ ബഹുമാനിക്കുന്നതാണല്ലോ പണ്ടേ ഉള്ള ഒരു നാട്ടുനടപ്പ്.

എന്നാൽ ചിലർ കഠിനമായി വ്യസനിച്ചു.

യുവതലമുറക്കാർ കിട്ടുന്ന ലാഭവിഹിതമോർത്ത് സന്തോഷിച്ചു. ജീവനില്ലാത്ത മൺകട്ടകളോട് എന്തിനു വെറുതെ ഇഷ്ടവും സ്നേഹവും പ്രണയവും ആത്മബന്ധവുമെല്ലാം വെച്ചുപുലർത്തുന്നു?

രണ്ടു മൂന്നാഴ്ച ഗ്രൂപ്പ് ചത്തു കിടന്നു.

ആകാംക്ഷ അടക്കാനാവാതെ ഒടുവിലൊരാൾ എഴുതി.

"വിറ്റിട്ട് മുഴുവൻ പണവും കൈപറ്റിയോ ആവോ?"

തറവാടിനോട് ആത്മബന്ധം ഉള്ള ചങ്ങാതി തന്റെ ആഗ്രഹം പറഞ്ഞു, പറഞ്ഞില്ല എന്ന രൂപത്തിൽ വെളിപ്പെടുത്തി.

"നമുക്ക് വാങ്ങിയ വ്യക്തിയോട് ഒന്നു പറഞ്ഞു നോക്കിയാലോ, തിരിച്ചുപിടിക്കാൻ പറ്റുമോ എന്നൊന്ന് ശ്രമിച്ചാലോ?"

ആരോ ഒരാൾ തീർപ്പുകൽപിച്ചു.

"അയാൾ തറവാട് ഇഷ്ടപ്പെട്ട് വാങ്ങിയതാണത്രെ! റിട്ടയർമെന്റ് ജീവിതം നാട്ടിൻപുറത്തെ വീട്ടിൽ ആഘോഷമാക്കാൻ."

കഷ്ടി ഒരു കൊല്ലം പിന്നിട്ടു.

തറവാടിന്റെ പഴയ തനിമ ദൂരെ നിന്നാസ്വദിക്കുവാൻ കൊതിച്ച്, കഠിനമായി വ്യസനിച്ചൊരു വ്യക്തി ആ വഴി പോയി കുറേ ഫോട്ടോയെടുത്ത് ഗ്രൂപ്പിലിട്ടു.

കാടൻപുല്ല് മലർക്കാവ് തറവാടിന്റെ നടുമുറ്റത്ത് കാടുപിടിച്ചു കിടക്കുന്നു. തുളസിത്തറയിൽ എന്തെല്ലാമോ പാഴ്ച്ചെടികൾ ഒടിഞ്ഞു മെലിഞ്ഞുണങ്ങി നിൽക്കുന്നു. തെക്കുവശത്ത് പൂത്തുനിന്നിരുന്ന വെള്ളമന്ദാരം ഉണങ്ങിക്കരിഞ്ഞ് ജീവനില്ലാതെയായിരിക്കുന്നു.

സർപ്പക്കാവിലെ കുന്നിക്കുരുവള്ളികൾ പടർന്ന മരം വെട്ടിയരിഞ്ഞ് ഒരു മുക്കിൽ കൂട്ടിയിട്ടിരിക്കുന്നു. സർപ്പക്കല്ലുകൾ വെയിലേറ്റ് മുരമ്പിച്ച്... തൊഴുത്തിനോടു ചേർന്നുള്ള ചാണകക്കുഴിയിൽ പ്ലാസ്റ്റിക് ഡപ്പകൾ അടിഞ്ഞുകൂടി...

കുന്നിക്കുരുവള്ളികൾ എത്രയേറെ കുന്നിക്കുരു ചൊരിഞ്ഞു തന്നിട്ടുള്ളതാണ്! അതിനു കീഴെ വലതു വശത്തായി കുറച്ചുമാറി പുളിമരവും ഉണ്ടായിരുന്നു.

അന്നൊക്കെ സർപ്പക്കാവിൽ കൊളുത്തിയ അന്തിത്തിരി കരിന്തിരി കത്തുമ്പോൾ അമ്മമ്മ ഓർമിപ്പിക്കുമായിരുന്നു.

"കുട്ട്യോളെ... വിളക്ക് ആളരുത്. കരിന്തിരി കത്തരുതേ..."

മന്ദാരം നിലത്തു പൊഴിച്ച പൂക്കളെപ്പോലെ തറവാട്ടിൽ ഒരു ചെടിയും പൊഴിച്ചിട്ടുണ്ടാവില്ല. കയ്യാലപ്പണി കഴിഞ്ഞ് ചാണകം മെഴുകിയ വടക്കുഭാഗത്ത് നിന്നിരുന്ന വിവിധവർണങ്ങളുള്ള കാശിത്തുമ്പകൾ! അശോകമരത്തിന്റെ സുഖശീതളിമ. പിച്ചകപ്പൂക്കളുടെ മൂക്കു തുളയ്ക്കുന്ന വാസന...

പനിനീരിന്റെ മണംപരത്തി നിൽക്കുന്ന പനിനീർ ചെമ്പകത്തിലെ വെളുത്ത പൂക്കൾ കൊഴിഞ്ഞു വീണു കിടന്നിരുന്ന നടുമുറ്റം. പൊയ്പോയ കാലം.

ഗ്രൂപ്പിൽ ഷെയർ ചെയ്ത തറവാടിന്റെ പ്രേതാലയം പോലെയുള്ള ഫോട്ടോകണ്ട് ഹൃദയം വേദനിച്ച മറ്റൊരു തറവാട്ടുകാരൻ പറഞ്ഞു.

"കഷ്ടം! മേസ്തിരിയെ വിളിച്ച് എല്ലാം ഒന്ന് ശരിയാക്കണം."

മാസങ്ങൾ കടന്നുപോയി.

തറവാട്ടുകാരൻ തറവാടു വഴി ഒന്ന് നടന്നു. എന്നു നിലംപൊത്തുമെന്നറിയാതെ നിൽക്കുന്ന തറവാടിന്റെ അവസ്ഥ. അയാൾ മൊബൈൽ തപ്പി. തറവാടിന്റെ ഫോട്ടോ എടുത്തു. ഫോട്ടോ ഗ്രൂപ്പിലിടാൻ മനസ്സ് അനുവദിച്ചില്ല.

തലയിൽ കഷണ്ടി കയറിയ കുഞ്ഞാണ്ടി ആ വഴി വരുന്നുണ്ടായിരുന്നു.

"ങ്ഹാ... മണിയൻ മൂത്താര് തറവാടിന്റെ പടം പിടിക്കാൻ വന്നതാ... കഴിഞ്ഞാഴ്ച കുറേ സിനിമക്കാര് വന്ന് നോക്കി പോണ കണ്ടു. മകൻ വീരമണി പറഞ്ഞത്, ഏതാണ്ടവര് സിനിമയ്ക്ക്ള്ള ലൊക്കേഷൻ തെരയ്യാണത്രെ. നശിച്ചുപോയ തറവാടുകളുടെ കഥയാണു പോലും!"

തേങ്ങുന്ന മനസ്സോടെ അയാൾ തറവാടിന്റെ ഗെയ്റ്റ് തുറന്നു. ഉള്ളിൽ കയറി.

എത്ര വിളിച്ചിട്ടും ആളനക്കമില്ല. തുറന്നു കിടക്കുന്ന ജനലിലൂടെ അയാൾ വീടിനുള്ളിലേക്കു നോക്കി. നരിച്ചീറുകൾ തട്ടിൻ മൂലകളിൽ തലകീഴായി തൂങ്ങിക്കിടക്കുന്നു. പൊട്ടിപ്പൊളിഞ്ഞ തറയിൽ ഇളയ അനിയത്തിയുടെ അമൂല്യ ശേഖരമായ കുന്നിക്കുരു ചിതറിക്കിടക്കുന്നു.

"കുന്നിക്കുരു കുപ്പയിലിട്ടാലും മിന്നും മണിയേട്ടാ..."

പൂജാമുറിയിലെ പ്രാർത്ഥനയ്ക്കിടയിൽ അവൾ പറയാറുള്ളതയാൾ ഓർത്തു.

മടങ്ങുമ്പോൾ അയാളുടെ കാൽ എന്തിലോ ഉടക്കി. താഴെ കുനിഞ്ഞ് ഉടക്കിയ വസ്തുവെടുത്തു. നീണ്ട വാലുള്ള വസ്തു ഉയർത്തി നോക്കി.

അടുക്കളയിൽ അമ്മ നിത്യം ഉപയോഗിച്ചിരുന്ന കരണ്ടി!

ആ തറവാടിന്റെ ശേഷിപ്പുമായി അയാൾ പുറത്തിറങ്ങി. മക്കൾക്ക് കാണിച്ചു കൊടുക്കാനുള്ള പുരാവസ്തു കാറിനുള്ളിൽ ഭദ്രമായി വച്ചു, കാർ സ്റ്റാർട്ട് ചെയ്തു.

~~~
~~~

പൊന്നോണത്തുമ്പികൾ

വേടമാൻ കണ്ണി തിയ്യത്തനയെ അറിയാത്തവർ ആരുംതന്നെ ആ ഗ്രാമത്തിൽ ഉണ്ടായിരുന്നില്ല. അടിയാത്തി തിയ്യത്തനയുടെ സൗഭാഗ്യം കാഴ്ചയ്ക്കുള്ള അഴകു മാത്രമായിരുന്നില്ല, വാക്കിലും നോക്കിലും എന്തിന് ഗമനത്തിൽ പോലും അവൾ ലക്ഷണയുക്ത യായിരുന്നു.

കാമദേവൻ തന്റെ മാമ്പൂവെയ്ത് തിയ്യത്തനയെ വശീകരിക്കാൻ ശ്രമിച്ചിട്ട് പരാജയപ്പെട്ടത് പോലും കുഞ്ഞായനും കുമ്പനും ചേർന്ന് നാട്ടിൽ വിളമ്പി നടന്നിരുന്നു.

മണ്ണുടയോൻ ബാലഗോപാലൻ തമ്പ്രാൻ കൂട്ടാളി പാണൻ കുട്ടായിയേയും കൂട്ടി, ഓണത്തിന് തുമ്പി തുള്ളുന്ന തിയ്യത്തനയെ കൺകുളിർക്കെ കണ്ടു നിൽക്കുമായിരുന്നു. ഊഞ്ഞാലാടുന്ന തിയ്യ ത്തനയുടെ ചുറ്റും വട്ടമിട്ടു നടക്കുകയും പതിവായിരുന്നു. കൈ ക്കൊട്ടിക്കളിക്കുന്ന അവളുടെ അംഗചേഷ്ടകൾ മതിവരാതെ ആസ്വദിച്ച് മാഞ്ചോട്ടിൽ നിന്ന് താളം പിടിക്കുന്നത് മറ്റൊരു നേര മ്പോക്കുമായിരുന്നു. എന്തു ചെയ്താലും തിയ്യത്തന തമ്പ്രാനെ ഗൗനിച്ചതേയില്ല.

മണ്ണുടയോൻ തമ്പ്രാൻ തന്റെ കുതന്ത്രങ്ങളെല്ലാം പാണൻ കുട്ടാ യിയോടാണ് നിത്യം പറയാറുണ്ടായിരുന്നത്. തിയ്യത്തനയെക്കു റിച്ച് മണ്ണുടയോൻ നടത്തുന്ന ആത്മഭാഷണങ്ങൾ പോലും കുട്ടായി അറിയും. ചതിക്കുഴിയിൽ വീഴാതെ നോക്കണമെന്ന് തിയ്യത്തനയെ കുട്ടായി ഓർമിപ്പിക്കുകയും ചെയ്യുമായിരുന്നത്രെ.

പാണൻ കുട്ടായി നാട്ടിലെ മന്ത്രവാദി കൂടിയായിരുന്നു. കുട്ടായിയുടെ മന്ത്രവാദത്തിൽ വലിയ വിശ്വാസമായിരുന്നു തമ്പ്രാനും.

ഒരിക്കൽ വീട്ടുമുറ്റത്തെ മാവിന്റെ ഉണക്കം മാറ്റിത്തരാമോ എന്ന് തമ്പ്രാൻ തന്റെ കൂട്ടാളിയോട് ചോദിച്ചുവത്രെ! അയാൾ മന്ത്രം ചൊല്ലി ഒരു ചരട് മന്ത്രിച്ച് മാവിൽ കെട്ടി! അദ്ഭുതമെന്നു പറയട്ടെ, മാവ് വീണ്ടും പൂത്തു തളിർത്തു.

മണ്ണുടയോന്റെ വിശ്വാസങ്ങൾക്കനുസരിച്ച് ജപിച്ചുകെട്ടൽ തൊഴിലാക്കി കുട്ടായി കാലക്ഷേപം നടത്തിപ്പോന്നു. ചുരുക്കത്തിൽ രണ്ടുപേരും ഇഴപിരിയാതെ ജീവിച്ചു.

ഒരിക്കൽ, തിയ്യത്തനയുടെ മനസ്സിൽ മണ്ണുടയോൻ തമ്പ്രാനോട് അനുരാഗം തളിരിടാനായി ഒരു ചരട് ജപിച്ചു കെട്ടാൻ തമ്പ്രാൻ ആവശ്യപ്പെട്ടുവെന്ന വാർത്ത നാട്ടിൽ പാട്ടായി. തിയ്യത്തനയ്ക്ക് മണ്ണുടയോനോടുള്ള എതിർപ്പ് പതിൻമടങ്ങ് വർദ്ധിച്ചുവരുകയായിരുന്നു ഫലം. ഇത് തമ്പ്രാന്റെ ഭാര്യ വിലാസിനിക്കും കുട്ടായിയ്ക്കും മാത്രം അറിയുന്ന കാര്യം.

ഒരു ഓണനാളിൽ അടിയാത്തി തിയ്യത്തന പടർന്നു പന്തലിച്ച തേൻ മാവിൻകീഴെ നിന്ന് വിളിച്ചു പറഞ്ഞുവത്രെ...

കാട്ടാളനായി ഗ്രാമം മുദ്രകുത്തിയ ശൈലാടനോടൊപ്പം മാത്രമേ താൻ പൊറുക്കുകയുള്ളുവെന്ന്. അവളെ ആഗ്രഹിച്ചിരുന്നവരെയെല്ലാം ദു:ഖത്തിലാഴ്ത്തിയ കരിദിനമായിരുന്നു അന്ന്.

'ഉണ്ടെങ്കിലോണം ഇല്ലെങ്കിൽ പട്ടിണി'യെന്ന പോലെ ജീവിക്കുന്ന അപരിഷ്കൃതനെങ്കിലും ശുദ്ധനായ ശൈലാടനോടുള്ള ഇഷ്ടം തിയ്യത്തന ഉൾക്കാമ്പിൽ കൊണ്ടു നടക്കുവാൻ തുടങ്ങിയിട്ട് വർഷങ്ങളേറെ ആയിരുന്നു.

ആ ഇഷ്ടത്തിന് ചെറിയ ചെറിയ കാരണങ്ങളുണ്ടായിരുന്നു. ഓണക്കാഴ്ച നൽകുവാൻ മണ്ണുടയോന്റെ തറവാട്ടിൽ പോയപ്പോൾ ശൈലാടനോടുള്ള തന്റെ ഇഷ്ടത്തിന്റെ കാര്യം തിയ്യത്തന തമ്പ്രാന്റെ ഭാര്യയോട് വെളിപ്പെടുത്തിയിരുന്നു.

ഓണക്കാലത്തെ പ്രധാന വിനോദമായ ഓണത്തല്ലിൽ ശൈലാടനോട് ഏറ്റുമുട്ടിയവരെല്ലാം പരാജയപ്പെട്ടിട്ടേയുള്ളു. ഓണത്തല്ലിൽ

ശൈലാടന്റെ ചേരിയിൽ ചേരാൻ ആ നാട്ടിലെ യുവാക്കൾ മത്സരിക്കാറുണ്ടായിരുന്നു.

ഇതെല്ലാം തിയ്യത്തനയിൽ ശൈലാടനോടുള്ള വീരാരാധനയ്ക്ക് കാരണമായി.

ഏതു വിഭാഗത്തിൽപെട്ട ആൺപിറന്നവൻമാരും തിയ്യത്തനയെ ഒന്നു നോക്കാതെ കടന്നുപോയിട്ടില്ല. പക്ഷേ, ശൈലാടൻ, തന്റെ നേരെ മുന്നിൽ വന്നു നിന്നിട്ടും തിയ്യത്തനയെ കണ്ടതായി പോലും നടിച്ചില്ലത്രെ. അതും അവൾക്ക് ശൈലാടനോടുള്ള ഇഷ്ടം കൂട്ടി.

ശൈലാടന്റെ ജീവിതം പ്രാകൃതമായിരുന്നു. കറുത്തിരുണ്ട മുരടൻ കാട്ടാളൻ. ആരോരുമില്ലാത്തവൻ. ലക്ഷ്യമില്ലാതെ അലയുന്ന നിർധനൻ. ഒറ്റയ്ക്ക് മരച്ചുവടുകളിൽ അന്തിയുറങ്ങുന്നവൻ. നേരുകേട് തൊട്ടുതീണ്ടാത്തവൻ. കാരിരുമ്പിന്റെ ഉറപ്പും ശക്തിയുമുള്ളവൻ. നാട്ടിലെ പണികൾ വിശ്വസിച്ച് ഏൽപ്പിക്കാം. എല്ലാവർക്കും ശൈലാടനെ വേണം താനും.

ഓണനാളിൽ തേൻമാവിന്റെ ചോട്ടിലിരുന്ന് ഓണപ്പൂവുകൾ കൊരുത്ത് തിയ്യത്തന ഒരു മാലയുണ്ടാക്കി. ആ മാല പാടവരമ്പത്തുവച്ച് അവൾ ശൈലാടന്റെ കഴുത്തിൽ ചാർത്തി. അങ്ങനെ തിയ്യത്തന ശൈലാടന്റെ ജീവിതസഖിയായി. മാലയണിഞ്ഞ് തിയ്യത്തനയുടെ കൈ പിടിച്ച് ശൈലാടൻ വരമ്പിലൂടെ എങ്ങോട്ടെന്നില്ലാതെ നടക്കുമ്പോൾ ആകാശത്ത് ഓണത്തുമ്പികൾ പാറിപറക്കുന്നുണ്ടായിരുന്നു.

ആ ഗ്രാമത്തിൽ തിയ്യത്തനയുടെ കല്യാണം വലിയ വാർത്തയായിരുന്നു.

അന്ന് രാത്രി ഓണനിലാവ് ഉറങ്ങാൻ മടിച്ചു.

രാത്രി കനത്തു. മണ്ണുടയോന്റെ ഭാര്യ വിലാസിനി നൽകിയ ഓണപ്പുടവയുടുത്ത് അവൾ മാരനെ കാത്തിരുന്നു. കാത്തു കാത്ത് തിയ്യത്തനയുടെ മിഴികൾ കൂമ്പിയടഞ്ഞു. ചന്ദ്രന്റെ പ്രഭയിൽ അവൾ മനോമോഹിനിയായി. അവളുടെ സൗന്ദര്യം നുകരുവാൻ കൊതിച്ച ചന്ദ്രൻ പോലും ഓണപ്പാട്ടു കേട്ട് നിദ്ര പൂണ്ടു.

അവൾ സ്വപ്നങ്ങൾ നെയ്തു കൂട്ടി. പിറ്റേന്ന് ഓണം കൊള്ളാൻ മണ്ണുടയോന്റെ തറവാട്ടിൽ പോകുമ്പോൾ ശൈലാടനോടൊപ്പം മുട്ടിയുരുമ്മി നടക്കണം... ഓണത്തപ്പനെ വരവേൽക്കാനും ഓണം ഊട്ടലിൽ പങ്കുകൊള്ളാനും ശൈലാടൻ എത്താതിരിക്കില്ല. പക്ഷേ, അവൾക്ക് ശൈലാടന്റെ നിഴൽരൂപം പോലും കാണാൻ കഴിഞ്ഞില്ല.

തിയ്യത്തന മയങ്ങി.

'ശൈലാടനെ കല്യാണം കഴിച്ചാൽ നീ ഓണംകൂടില്ല പെണ്ണേ...'

മണ്ണുടയോന്റെ വാക്കുകൾ ഇടിമുഴക്കംപോലെ തിയ്യത്തനയെ നടുക്കി. അവൾ ഞെട്ടിയുണർന്നു. ആ നിലാവെട്ടത്തിൽ തിയ്യത്തന പൊന്നോണത്തുമ്പികളെ തേടിയലഞ്ഞു.

~~~
~~~

ചങ്ങമ്പറയനും നല്ലമ്പറച്ചിയും

"വല്യേമ്പ്രാട്ട്യേ... കൊറച്ച് കഞ്ഞ്യോളം കിട്ട്യാ തരക്കേടി ല്യാർന്നു."

ചങ്ങമ്പറയൻ നീണ്ട മരക്കൊമ്പുകൾ പോലുള്ള കൈകൾ വീശി പടിപ്പുരയിൽ നിന്നകറി വിളിക്കും. പടിപ്പുര മൂലയ്ക്ക് വെച്ചിട്ടുള്ള ക്ലാവ് പിടിച്ച ഓട്ടുപാത്രം ഉടുത്ത മുണ്ടുകൊണ്ട് തുടച്ച് നീട്ടുമ്പോ ഴേയ്ക്കും, ആർത്തകാട്ട്കളത്തിലെ മാളോമ്മ ഒരു മൊന്ത കഞ്ഞി വെള്ളവുമായി വന്ന് നീട്ടിയ ഓട്ടുപാത്രത്തിൽ പാർന്ന് തിരിഞ്ഞു നടന്നിട്ടുണ്ടാവും. ചങ്ങമ്പറയൻ ഒറ്റ മോന്തിന് കഞ്ഞിവെള്ളം അകത്താക്കി ഏമ്പക്കം വിട്ട് പാത്രത്തിനടിയിലുള്ള വറ്റ് തൊഴു ത്തിനരികിൽ വെച്ചിട്ടുള്ള കുറുവട്ടിയിലിട്ട് പശുക്കളെ നോക്കി കിന്നാരം പറയുന്നത് പതിവായിരുന്നു.

കുറുവട്ടിയിലുള്ള പഴത്തോലും പഴഞ്ചോറും എല്ലാമെടുത്ത് പശു വിനുള്ള തവിടും കഞ്ഞിവെള്ളത്തിലിട്ട് മരക്കോലിട്ടിളക്കിക്കഴിയു ന്നതു വരെ മാത്രമല്ല, പശുക്കളെ ഊട്ടുന്നതു വരെ അവയോട് സല്ലപിക്കുന്നത് ചങ്ങമ്പറയന്റെ ദിനചര്യകളിൽ പെടും.

ആർത്തകാട്ട് കളത്തിലെ പയ്ക്കളെ മേയ്ക്കുന്ന പണി ചങ്ങമ്പ റയന്റേതായിരുന്നു. ചോത്ര പശുവിന്റെ മുന്നിൽ കഞ്ഞിവെള്ളച്ചെമ്പ് വെച്ച് നിമിഷങ്ങൾക്കകം ക്രമത്തിൽ കറുമ്പി, വെളുമ്പി, പാണ്ടി, ചെമ്പി, ചിരുതേയി, കല്യാണി തുടങ്ങിയ പയ്ക്കളെ സ്നേഹത്ത ലോടലുകളോടെ തീറ്റി ജീവിതത്തിൽ സന്തോഷം കണ്ടെത്തുന്ന ചങ്ങമ്പറയൻ ഒറ്റയാനായി ജീവിക്കുന്ന കഥാപാത്രമാണ്.

ചങ്ങമ്പറയൻ കൊല്ലങ്കോട്ട് പാറയുടെ സമീപം പടിഞ്ഞാറ്റുമുറിയിലുള്ള ഒരാൽത്തറയിലാണ് അന്തിയുറങ്ങിയിരുന്നത്. എവിടെ നിന്ന് ആ ഗ്രാമത്തിലെത്തിപ്പെട്ടു എന്നത് അജ്ഞാതമാണ്.

ഒരിക്കൽ ജനവാസമില്ലാത്ത കൊളപ്പാറയിൽ മലമ്പള്ളത്തിൽ ഒറ്റയ്ക്ക് കുടിൽ കെട്ടുന്ന ഒരു സ്ത്രീയെ കണ്ട് ജനം അമ്പരന്നു വിരട്ടിയോടിക്കാൻ ശ്രമിച്ചതാണ് പോലും! അതിലൊന്നും ഭയപ്പെടാതെ പുറമ്പോക്കിൽ മലയുടെ പാർശ്വത്തിൽ കുടിൽ കെട്ടി താമസമാക്കിയ നല്ലമ്പറച്ചി കുടിലിനു മുന്നിലിരുന്ന് വട്ടി, കൊട്ട മെടഞ്ഞ് വീടുവീടാന്തരം കയറിയിറങ്ങി വിറ്റു. ലഭിക്കുന്ന തുച്ഛമായ വരുമാനം കൊണ്ട് കൊളപ്പാറയിൽ കഴിഞ്ഞുകൂടാൻ തുടങ്ങി.

കൊളപ്പാറയിലെ കൊച്ചു കുടിയിൽ കഴിയുന്ന നല്ലമ്പറച്ചിയോട് ആദ്യകാലത്ത് ചങ്ങമ്പറയന് തോന്നിയ അനുതാപം ഇഷ്ടമായി, പിന്നീടത് ഗോപ്യമായ പ്രണയമായി വളർന്നു. നല്ലമ്പറച്ചിയോട് അതിരുകവിഞ്ഞ സ്നേഹം അയാൾക്കുണ്ടായിരുന്നുവത്രേ.

നല്ലമ്പറച്ചി പേരു സൂചിപ്പിക്കുന്നതു പോലെ തന്നെ നല്ലവളായിരുന്നു. കാഴ്ചയിൽ ഒരാകർഷണവും തോന്നത്തക്ക സൗന്ദര്യമോ, മറ്റു പ്രത്യേകതകളോ ഉണ്ടായിരുന്നില്ല. പഠിപ്പില്ലെങ്കിലും നാലക്ഷരം കൂട്ടി വായിക്കാനറിയില്ലെങ്കിലും ജീവിതത്തെക്കുറിച്ച് വളരെയേറെ അറിവുള്ളവളായിരുന്നു. അവളുടെ നൻമയറിഞ്ഞ നാട്ടുകാർ പിന്നീടവളെ ആട്ടിപ്പായിച്ചില്ല. വിൽക്കാനായി നെയ്ത കുട്ടകളുടെ പ്രത്യേകതകളും ഈടുറപ്പും അവൾ വാചാലമായി പറയുമ്പോൾ നാട്ടുകാർ അതെല്ലാം വാങ്ങുകയും ചെയ്തുപോന്നു.

ചങ്ങമ്പറയൻ കന്നിട്ട്ള് വഴി പശുക്കളെ പേരെടുത്തു ചൊല്ലി വിളിച്ച് മേയ്ക്കാൻ കൊണ്ടുപോകുമ്പോൾ സുന്ദരികളായ അടിയാളപ്പെണ്ണുങ്ങൾ വഴിയരികിൽ കാത്തുനിൽക്കുമായിരുന്നു. അടിയാത്തി സ്ത്രീകൾ നെല്ലായി, ചെമ്പായി, മയ്യായി, കണ്ടത്തി തുടങ്ങിയവർക്കെല്ലാം കാക്കക്കറുപ്പാണെങ്കിലും ഏഴഴകുള്ളവരാണ്.

പടിഞ്ഞാറ്റുമുറിയിൽ തന്നെ താമസമാക്കിയിട്ടുള്ള പാറാനും അരിയനും നഞ്ഞൻ ചെല്ലപ്പുവും വശീകരണ തന്ത്രങ്ങളുമായി നിന്നാലും അടിയാത്തികളുടെ ശ്രദ്ധാകേന്ദ്രം ചങ്ങമ്പറയനായിരുന്നു പോലും!

ചങ്ങമ്പറയന്റെ ഉയരം അളക്കണമെങ്കിൽ തോട്ടി വെച്ച് നോക്കണമെന്ന് നാട്ടുകാർ പറയുമായിരുന്നു. അയാളുടെ വിരിഞ്ഞ നെഞ്ചിൽ നോക്കി നെല്ലായി കണ്ടത്തിയോട് പറയുമായിരുന്നത്രെ.

"ആ നെഞ്ചില് ഞാനാ കണ്ടത്തിപ്പെണ്ണേ..."

മയ്യായി നെല്ലായിയെ പുച്ഛിച്ച് പറയുന്നതും കേമമായിരുന്നു. 'മൂട്ട പോലെ അടി പറ്റിക്കിടക്കണ നിന്നെ ആ വിരിഞ്ഞ മാറിൽ ചേർക്കണമെങ്കിൽ ചങ്ങമ്പറയൻ ചത്തു മലയ്ക്കണം.'

ചെമ്പായി ഇതെല്ലാം കേട്ട് കുണുങ്ങി ചിരിക്കും.

നഞ്ഞൻ ചെല്ലപ്പു ഒരു വയ്യാവേലിയാണെന്ന് എല്ലാവർക്കുമറിയാം.

ചെല്ലപ്പുവിന്റെ കെട്ടിയവൾ കുഞ്ച ചങ്ങമ്പറയന്റെ സ്നേഹത്തിന് കൊതിച്ച്, മന്ത്രിച്ച കുടം കൊല്ലങ്കോട്ട് പാറയുടെ സമീപമുള്ള പടിഞ്ഞാറ്റുമുറിയിലെ ആൽത്തറയുടെ വക്കിൽ കുഴിച്ചിട്ടിട്ടുണ്ടായിരുന്നത്രേ. ചെല്ലപ്പു ഇതെല്ലാം കാണുന്നുണ്ടായിരുന്നു പോലും! പക്ഷേ, കുഞ്ചയോടുള്ള സ്നേഹം വർദ്ധിച്ചത് ആ വഴി നടന്നിരുന്ന പാറാനും അരിയനുമാണെന്ന് ചെല്ലപ്പുവിന് തോന്നി. ചെല്ലപ്പുവും പാറാനും അരിയനും തമ്മിൽ ഇതിന്റെ പേരിലുള്ള കലഹം നിത്യസംഭവമായിരുന്നു.ചെല്ലപ്പുവിന്റെ ഇത്തരം വഴക്ക് വീട്ടുകാരിക്കും നാട്ടുകാർക്കും ശല്യമായിരുന്നു. ചങ്ങമ്പറയൻ അത്തരക്കാരനല്ലെന്നും ചെല്ലപ്പുവിനറിയാം.

എന്തൊക്കെ സംശയങ്ങൾ ഉണ്ടായാലും നഞ്ഞൻ ചെല്ലപ്പു കുഞ്ചയെ വിട്ടുപോയില്ല. പത്താണുങ്ങൾ ചെയ്യുന്ന ശാരീരികാധ്വാനം കുഞ്ച ഒറ്റയ്ക്ക് നിർവഹിക്കുമായിരുന്നു. കുഞ്ചയുടെ മുതുകത്തും തലയിലുമുള്ള ചാക്കുകെട്ടുകളുടെ എണ്ണം കണ്ട് ഗ്രാമത്തിലെ തടിമിടുക്കുള്ളവർ വരെ അദ്ഭുതം കൂറുമായിരുന്നു.

ചങ്ങമ്പറയൻ നല്ലമ്പറച്ചിയോടുള്ള തന്റെ പ്രണയം ഉള്ളിലൊതുക്കി ജീവിച്ചവനായിരുന്നു. നല്ലമ്പറച്ചിയെ അറിയിക്കാതെ കരളിനുള്ളിൽ ആ ഇഷ്ടം കൊണ്ടുനടന്നു. ഒരു പെണ്ണിനോട് ഇഷ്ടം അറിയിക്കാനുള്ള നെഞ്ചുറപ്പ് ഇല്ലാതെ പോയതാണോ എന്നറിയില്ല. ആൽത്തറയിൽ ശയിക്കുന്നവന് എന്തിന് കൂടും കുടുംബവും എന്ന് അയാൾ അടുത്ത ചങ്ങാതികളോട് പറയുമായിരുന്നത്രെ.

നഞ്ഞൻ ചെല്ലപ്പുവിനെ കുടിച്ച വെള്ളത്തിൽ വിശ്വസിക്കുവാൻ കൊള്ളാത്തവനെന്ന് നാട്ടുകാർ പറയുമായിരുന്നു. അതുകൊണ്ടു തന്നെ ആരും അടുപ്പിക്കില്ല. പല കുണ്ടാമണ്ടിത്തരങ്ങളും അയാളുടെ കയ്യിലിരുപ്പാണ്.

ഒരു ദിവസം...

നല്ലമ്പറച്ചിയുടെ കൊളപ്പാറയിലെ കുടിലിൽ രണ്ട് പരമ്പ് വാങ്ങാനായി ചെല്ലപ്പു അവിടെ പോയി. പരമ്പിൽ നെല്ലു പരത്ത ലൊന്നുമായിരുന്നില്ല ഉദ്ദേശ്യം. പരമ്പു കൊണ്ട് മറച്ച് പാറാന്റെയും അരിയന്റെയും കുടിയിലേക്കുള്ള നോട്ടം നിർത്തണം. കുഞ്ചപാറാന്റെയും അരിയന്റെയും കൂടെ പൊറുത്തുകൂടാ.

കൊളപ്പാറയിലെ കുടിലിനു മുന്നിൽ കുണ്ടുമുറം മെടയുന്ന നല്ലമ്പറച്ചി ചെല്ലപ്പുവിന്റെ ആവശ്യം മാനിച്ച് രണ്ടു വലിയ പരമ്പ് ചുരുട്ടി ചൂടികെട്ടി മലയടിവാരത്തിലിട്ടു. ആ സമയത്ത് പാറാനും അരിയനും മലമ്പള്ളത്തിലുള്ള പുല്ലരിഞ്ഞെടുക്കാൻ അരിവാളുമായി അതിലെ കയറിയിരുന്നു.

ഇതു തന്നെ പറ്റിയ തക്കം...

തന്റെ കെട്ടിയവൾ കുഞ്ചയ്ക്ക് ചങ്ങമ്പറയനോടുള്ള സ്നേഹമോർത്ത് ചെല്ലപ്പുവിന്റെ സ്വസ്ഥത നഷ്ടപ്പെട്ടു. ചങ്ങമ്പറയൻ നല്ലവൻ തന്നെ. ചങ്ങമ്പറയന് ഒരു സ്ത്രീയോട് ഇഷ്ടം തോന്നിയിട്ടുണ്ടെങ്കിൽ അത് നല്ലമ്പറച്ചിയോടു മാത്രമാണ്. അതും ചെല്ലപ്പുവിനറിയാം. എങ്കിലും അയാളുടെ ഉള്ളിൽ അസൂയ മൂത്തു. ചതിക്കുള്ള കളമൊരുങ്ങി. നല്ലമ്പറച്ചിയ്ക്ക് നൊന്താൽ ചങ്ങമ്പറയന്റെ മനസ്സു വേവും. പാറാനും അരിയനും കേൾക്കെ അയാൾ മലമ്പള്ളത്തിൽ നിന്ന് വിളിച്ചു കൂവി...

“നല്ലമ്പറച്ച്യേ... എന്തിനാടീ ഈ പരമ്പൊക്കെ മെടഞ്ഞ് നീ ഇല്ലാതാവണ്... നിന്നെ പോറ്റാൻ ഞാനില്ലേ?”

പാറാനും അരിയനും ശ്വാസമടക്കി കൊളപ്പാറയ്ക്കരികിൽ മറഞ്ഞു നിന്നു. ഇതു കണ്ട ചതിയൻ ചെല്ലപ്പു വീണ്ടും പറഞ്ഞു.

“എടീ പെണ്ണേ... കുമുകുമാ ന്നുള്ള നിന്റെ മണങ്ങട്ട് പോണില്ല.” പാറാനും അരിയനും കൊളപ്പാറയിൽ വലിഞ്ഞു കയറി പറ്റി ച്ചേർന്നു കിടന്ന് കേൾക്കാൻ തുടങ്ങി.

ഇതു തന്നെ തഞ്ചം... അയാളുടെ ദുർമുഖം കുതന്ത്രത്താൽ കറുത്തു. നഞ്ഞൻ ചെല്ലപ്പു വീണ്ടും ആർത്തു.

“നാളെ ഞാൻ വരുമ്പോ ഈ നാണമൊക്കെയങ്ങ് മാറ്റണെ ടിയേ... കുളിച്ചാൽ കുളിരും നശിച്ചാൽ നാണവും തീരുംന്നല്ലേ തമ്പ്രാക്കൻമാര് പറയാറ്.”

ഇനി ഇവിടെ നിന്ന് തടിതപ്പാം...

ചുരുട്ടി കെട്ടിയ പരമ്പെടുത്ത് അയാൾ ആനന്ദതുന്ദിലനായി കൊളപ്പാറയിറങ്ങി.

കുതികാൽ വെട്ടുന്നവനാണ് ചെല്ലപ്പുവെന്നറിയാമായിരുന്ന നല്ലമ്പറച്ചി കുടിലിനു പുറത്തേക്ക് ഓടിയെത്തുമ്പോൾ കണ്ടത് പാറാനും അരിയനും കൊളപ്പാറ വഴി നടന്നു പോകുന്നതാണ്.

സന്ധ്യ ചുവന്നു. രാത്രിയായി. സത്സ്വഭാവിയായ നല്ലമ്പറ ച്ചിയുടെ മനസ്സ് പിടഞ്ഞു.

കൊളപ്പാറയിറങ്ങാൻ താമസമുണ്ടായില്ല.

പാറാനും അരിയനും ചങ്ങമ്പറയന്റെ ചെവിയിൽ ചെല്ലപ്പുവിന്റെ ഗീർവാണങ്ങൾ അതിശയോക്തി കലർത്തി വിവരിച്ചു.

ചങ്ങമ്പറയന്റെ കരള് നുറുങ്ങി. നല്ലമ്പറച്ചിയെ അങ്ങനെയായി രുന്നില്ല അയാൾ കണ്ടിരുന്നത്. നല്ലമ്പറച്ചിയോടു ചോദിക്കാനും വയ്യ.

പാറാനും അരിയനും ചേർന്ന് കൊട്ടിഘോഷിച്ച ചെല്ലപ്പുവിന്റെ രഹസ്യബന്ധം നെല്ലായി, ചെമ്പായി, കണ്ടത്തി, മയ്യായി തുടങ്ങിയ പെണ്ണുങ്ങളും രായ്ക്കുരാമാനം വിളംബരപ്പെടുത്തി നടന്നു.

പിറ്റേന്ന്...

നല്ലമ്പറച്ചിയുടെ കുടിലിനു മുന്നിൽ ചങ്ങമ്പറയൻ പോയി നിന്നു.

“നീ... നീ നശിച്ചോ പെണ്ണേ...” അയാൾ ഗദ്ഗദകണ്ഠനായി ചോദിച്ചു.

അവൾ പൊട്ടിക്കരഞ്ഞു കൊണ്ട് കുടിലിനുള്ളിലേക്കു പോയി.

കൊളപ്പാറയും കൊല്ലങ്കോട്ട് പാറയും പടിഞ്ഞാറ്റുമുറിയും അടുത്ത ദിവസം പുലർന്നത് ഒരുനടുക്കത്തോടെയായിരുന്നു. അരിയനാണത്രെ കണ്ടത്!

നല്ലമ്പറച്ചി കൊളപ്പാറയിലുള്ള മലമ്പള്ളത്തിലെ ഇരുൾ മരത്തിൽ കെട്ടിത്തൂങ്ങിയിരിക്കുന്നു...

ചങ്ങമ്പറയൻ ആർത്തക്കാട്ട് കളത്തിലെത്തി. മാളോമ്മ ഒരു മൊന്ത കഞ്ഞിവെള്ളം ഓട്ടുപാത്രത്തിൽ പാർന്നു. അയാൾ അത് ഒറ്റ മോന്തിന് കുടിച്ച് ഒന്നും മിണ്ടാതെ മലമ്പള്ളത്തിലേക്ക് ഇരച്ചു കയറി, ഇരമ്പിയാർത്തു. അയാളുടെ കൈകൾ എഴുന്നു നിന്നു. മരത്തിൽ തൂങ്ങി നിൽക്കുന്ന നല്ലമ്പറച്ചിയെ ജനക്കൂട്ടത്തിനിടയിൽ നിന്നയാൾ കണ്ടു.

ഏവരും നോക്കി നിൽക്കേ അയാൾ മരത്തിൽ കയറി. കയറിന്റെ കെട്ടഴിച്ചു. നല്ലമ്പറച്ചിക്ക് പോറലേൽക്കാത്ത വിധം താഴെയിറക്കി. ആ ദേഹം നെഞ്ചിൽ ചുമന്നു... നടന്നു.

നാട്ടുകാർ പരിതപിച്ചു.

കഷ്ടം! ആ നെഞ്ചിലെന്നും നല്ലമ്പറച്ചിയായിരുന്നു പോലും.

ചങ്ങമ്പറയന്റെ ആത്മരോദനം പോലെ കൊളപ്പാറയിലെ മലമ്പള്ളത്തിൽ ആഞ്ഞടിക്കുന്ന കാറ്റ്... ആ കാറ്റിന്റെ ഇരമ്പൽ ചങ്ങമ്പറയന്റെ ഇടനെഞ്ചുപൊട്ടിയ തേങ്ങലാണത്രേ! ഇന്നും കൊളപ്പാറ പ്രദേശം അത് കേൾക്കുന്നുണ്ടത്രെ.

~~~
~~~

ചന്ത

എൺപത്തിനാലു വയസ്സു പ്രായമുള്ള ഗംഗാധരൻ നായർ തറവാട്ടിൽ കയറിവന്നു. പട്ടണത്തിലെ യാന്ത്രിക ജീവിതത്തിൽ നിന്ന് കുറച്ചു ദിവസത്തേക്ക് ഒരു വിടുതൽ കിട്ടാനായി കോങ്ങാടി നടുത്തുള്ള കുണ്ടളശ്ശേരിയിൽ പോയതാണ് ഞാൻ. അച്ഛന്റെ തറവാടു വീട് അവിടെയാണ്. ഗ്രാമീണജീവിതത്തിന്റെ മുഴുവൻ സൗന്ദര്യവും ആ പ്രദേശത്തിനുണ്ട്.

അച്ഛന്റെ കളിക്കൂട്ടുകാരനും സഹപാഠിയും മാത്രമല്ല, സന്തത സഹചാരിയുമാണ് ഗംഗാധരൻ നായർ. മകൾ ഓണം ഒഴിവിന് ഒരാഴ്ച നാട്ടിൽ വരുന്നുണ്ടെന്ന് അച്ഛൻ അദ്ദേഹത്തെ പറഞ്ഞു പഠിപ്പിച്ചിരിക്കുന്നു. ഞാൻ നാട്ടിൽ എത്തിയതിന്റെ പിറ്റേന്ന് കാലത്ത് ഗംഗാധരൻ നായർ തറവാട്ടിലെത്തിയിട്ടുണ്ട്. പട്ടണ ത്തിലെ ശീലങ്ങൾ മാറ്റി നേരത്തെ എഴുന്നേറ്റ് കുളിച്ച് തറവാട്ടിലെ പഴയ കുട്ടിയാണെന്ന് പ്രദർശിപ്പിക്കുന്ന തരത്തിൽ ഞാൻ തയ്യാ റായി നിൽക്കുകയായിരുന്നു.

നാട്ടിലെ ചെമ്പരത്തിയും പാടത്തുനിന്ന് ശാന്തോപ്പോളുടെ മകളുടെ മകൾ ധന്യമാല ശേഖരിച്ച തുമ്പയും തുളസിയും എല്ലാം ചേർത്ത് മനോഹരമായ പൂക്കളം ചാണകം മെഴുകിയ തറയിൽ ഒരുക്കുകയായിരുന്നു. പട്ടണത്തിലെ പൂക്കടകളിൽ നിന്ന് ഓറഞ്ചു ചെട്ടിയും മഞ്ഞ ചെട്ടിയും വാങ്ങി പിച്ചിയെടുത്ത് രണ്ടുദിവസം

പൂവിട്ടതിന്റെ കറ കയ്യിലെ നഖങ്ങളുടെ ഭംഗി ചെറുതായി നഷ്ടപ്പെടുത്തിയിട്ടുണ്ട്.

കൈവിരലുകൾ ശ്രദ്ധിച്ചു കൊണ്ടിരിക്കുമ്പോഴാണ് ചിരി തൂകിക്കൊണ്ട് ഗംഗാധരൻ നായർ കയറിവന്നത്. അദ്ദേഹം ചാരുകസേരയ്ക്കു സമീപമുള്ള മരക്കസേരയിൽ ഇരിപ്പുറപ്പിച്ചു. അച്ഛൻ കുളിക്കാൻ തുടങ്ങിയിട്ടേയുള്ളു. അതിനാൽ ഗംഗാധരൻ നായർ ശാന്തോപ്പോള് മുന്നിൽ കൊണ്ടുവന്നു വച്ച ചായ കുടിച്ചുകൊണ്ട് എന്നോട് കുശലാന്വേഷണം തുടങ്ങി.

വർത്തമാനത്തിനിടയിൽ അദ്ദേഹം പഴയകാലത്തെ ഓണച്ചന്തയുടെ പകിട്ടിന്റെ വർണ്ണനയിലേക്ക് തെന്നിവീണു. അത്തരം സംഭാഷണങ്ങൾ ഇഷ്ടപ്പെട്ടിരുന്ന ഒരാളായിരുന്നതിനാൽ നല്ല ശ്രോത്രിയായി ഞാൻ നിലകൊണ്ടു.

എൺപതുകളിൽ എത്തിനിൽക്കുന്ന അദ്ദേഹം അച്ഛനെപ്പോലെ തന്നെ കർമ്മനിരതമായ തന്റെ കൗമാര യൗവന കാലഘട്ടങ്ങളിലൂടെ ബഹുദൂരം സഞ്ചരിച്ചു. ഇന്നത്തെ യുവത്വത്തിന് അജ്ഞാതമായ കാര്യങ്ങളിലൂടെ പോയി കോങ്ങാട് ചന്തയിൽ വിഷയം തങ്ങി നിന്നു. പിന്നെ അവിടെക്കിടന്ന് വട്ടംചുറ്റാൻ തുടങ്ങി.

അദ്ദേഹത്തിന്റെയും അച്ഛന്റെയും തിളപ്പുള്ള പ്രായം... മുത്തശ്ശ്യാര് കുണ്ടു മുതൽ അപ്പുക്കൻക്കുന്ന് കടന്ന് മാഞ്ചേരിക്കാവു വരെ നീണ്ടുകിടക്കുന്ന കോങ്ങാട് ചന്ത ... ഓണച്ചന്ത ബഹുവിശേഷമാണ്.

ചന്തയുടെ കേന്ദ്ര ഭാഗത്ത് മുഖ്യമായും നാലു ഗെയ്റ്റുകൾ സ്ഥാപിച്ചിട്ടുണ്ടായിരുന്നത്രെ.

കന്നുചന്ത ഗെയ്റ്റ്, തെക്കേ റോഡ്, വടക്കേ റോഡ്, പച്ചക്കറി മാർക്കറ്റ് എന്നിങ്ങനെയായിരുന്നു അവ.

പ്രദേശത്തെ സ്ഥാനികളായ കോങ്ങാടു നായരു വീട്ടുകാരുടെ ഉടമസ്ഥതയിലായിരുന്നു ചന്ത.

“അറിയാലോ... കുട്ടീടെ അച്ഛച്ഛന്റെ വീട്ടുകാർ.”

ഗംഗാധരൻ നായർ അഭിമാനത്തോടെ വിശദീകരിക്കുകയാണ്.

കോങ്ങാട് പടിഞ്ഞാറെ നായരുവീട്ടിലെ പി.വി.കുമാരൻ നായർ, പി.വി.പ്രഭാകരൻ നായർ, അപ്പു നായർ, കുഞ്ഞുണ്ണി നായർ, ബാലകൃഷ്ണൻ നായർ ഇവരെല്ലാം സ്ഥാനികളായിരുന്നു. പി.വി.കുമാരൻ നായർ പ്രാസംഗികനും സ്വാതന്ത്ര്യസമര സേനാനിയുമായിരുന്നു പോലും.

കുഞ്ചിയമ്മാള് എന്നാണ് നായരു വീട്ടിലെ മുതിർന്ന സ്ത്രീകൾ അറിയപ്പെട്ടിരുന്നത്. ചിന്നമാളു കുഞ്ചിയമ്മാള്, കുട്ട്യേടത്തി കുഞ്ചിയമ്മാള് ഇങ്ങനെ പോകുന്നു സ്ഥാനപ്പേരുകൾ. കോങ്ങാട്ടു നായരു വീട്ടിലെ പടിഞ്ഞാറെ നായരു വീട്ടുകാരായിരുന്നു ചന്ത നടത്തിപ്പോന്നിരുന്നത്.

“അതായത് കുട്ടീടെ അച്ഛച്ഛൻ ഇളയനായർ പി.വി.പ്രഭാകരൻ നായരുടെ കുടുംബം.”

നാട്ടിൽ ഈഴവജാതിയിൽ പെട്ട കൃഷിക്കാർ ധാരാളമുണ്ടായി രുന്ന കാലം. തരിശായ ഒരു പ്രദേശവും അന്ന് കണി കാണാൻ പോലും പറ്റുകയില്ലത്രേ! വിശാലമായ നെൽപ്പാടങ്ങളെപ്പോലെ ത്തന്നെ നീണ്ടുകിടക്കുന്ന പച്ചക്കറി കൃഷിയിടങ്ങളും പ്രദേശ ത്തിന്റെ സവിശേഷതയായിരുന്നു. കുരുമുളക്, ഇഞ്ചി, തേങ്ങ, വാഴപ്പഴം തുടങ്ങിയവയുടെ വിളവെടുപ്പു ധാരാളമായി നടന്നി രുന്നു. ഒരു വട്ടി ഇഞ്ചി വിറ്റാൽ ഒരു പവൻ വാങ്ങിക്കാം.

പച്ചക്കറിച്ചന്ത നടത്തുന്ന ഗെയ്റ്റിനോടു ചേർന്ന് ഒരു വലിയ പുളിമരം ഉണ്ടായിരുന്നു. അതിനു കീഴെയാണ് പച്ചക്കറി നിരത്തി വച്ച് വിറ്റുപോന്നിരുന്നത്. ചന്തയിൽ പച്ചക്കറി വിൽക്കണമെങ്കിൽ കൃഷിക്കാർ പിരിവു നൽകണമായിരുന്നു.

“കുട്ടിയ്ക്കറിയാലോ... അച്ഛച്ഛന്റെ ഒപ്പം ചേർന്ന് ആ പിരിവ് നടത്തിയിരുന്നു കുട്ടീടച്ഛൻ. അച്ഛന് ഒരു നയാപൈസ അതിൽ നിന്നു കിട്ടില്ല ട്ടൊളു.”

“ചെറിയൊരു ആവശ്യത്തിനുപോലും ആ പൈസ ഉപയോഗിച്ചു കൂടേ?” ഞാൻ ചോദിച്ചു.

“നല്ല കഥ്യായി. പിരിച്ചു കിട്ടിയ തുക കൊല്ലംകൂടുമ്പോൾ ലേലം ചെയ്യും. അത് തറവാട്ടു സ്വത്തായിരുന്നു. ലേലത്തുക ചന്തയുടെ അറ്റകുറ്റപ്പണികൾക്കായി ഉപയോഗിക്കും. ഇന്നത്തെപ്പോലെ ഒരു കള്ളത്തരങ്ങളും അതിലില്ല. പ്രമാണികളാണേ...”

ചന്ത എട്ടാംപക്കത്തിലാണ് നടന്നിരുന്നതത്രെ. അതായത് തിങ്കളാഴ്ചകളിൽ ചന്ത തീർന്നാൽ അവിടെ പള്ളിക്കൂടങ്ങൾക്കടക്കം ഒഴിവ് ചൊവ്വാഴ്ചയായിരുന്നു. കോയമ്പത്തൂർ, ഈറോഡ്, പൊള്ളാച്ചി, സേലം തുടങ്ങിയ സ്ഥലങ്ങളിൽ നിന്ന് കൈത്തറിത്തുണികൾ എട്ടാംപക്കം മുടക്കം കൂടാതെ കൊണ്ടുവന്ന് ചന്തയിൽ വിൽക്കുന്ന മൊത്തവ്യാപാരികൾ ധാരാളമുണ്ടായിരുന്നു.

തുണികൾ മൊത്തമായും ചില്ലറയായും വിറ്റു തീർത്ത്,കർഷകരുടെ പച്ചക്കറിച്ചന്തയിൽ നിന്നും വിലപേശി ഇഞ്ചിയും കുരുമുളകും നാളികേരവും ധാരാളമായി വാങ്ങിക്കൊണ്ടുപോകും.

പുളി, കായ, ചക്കവരെ വാങ്ങിക്കൊണ്ടുപോകുന്ന തമിഴ്നാട്ടിലെ കച്ചവടസംഘങ്ങൾ നിത്യകാഴ്ചയായിരുന്നു.

പുതുനഗരത്തിൽ നിന്നൊക്കെ ആളു വന്ന് ചന്തയിൽ തുണി വിറ്റ് കലച്ചട്ടി വാങ്ങി തിരിച്ചു പോകുമത്രെ. അതുപോലെ വട്ടി, കൊട്ട, വല്ലോട്ടി, കുറുവട്ടി, കുണ്ടു മുറം, ചേറണ മുറം, പരമ്പ് ഇതെല്ലാം ചന്തയിൽ തുരുതുരാ വിറ്റഴിയും. കൃഷിപ്പണി ഉപജീവനമാർഗ്ഗമായിരുന്നതിനാൽ ഇത്തരം സാധനങ്ങൾക്ക് ആവശ്യക്കാർ കൂടുതലായിരുന്നു.

ആയിരത്തിത്തൊള്ളായിരത്തി നാൽപത് മുതൽ ആയിരത്തിത്തൊള്ളായിരത്തി അൻപത്താറു വരെയുള്ള കാലഘട്ടം കോങ്ങാട് ചന്തയുടെ സുവർണ കാലഘട്ടമായിട്ടാണ് ഗംഗാധരൻനായർ വിശേഷിപ്പിക്കുന്നത്. ആ കാലം അദ്ദേഹത്തിന്റെയും തിളക്കമാർന്ന പ്രായമായതു കൊണ്ടായിരിക്കാം അങ്ങനെ തോന്നിയത്.

കാളവണ്ടികളിലായിരുന്നു വിൽപ്പനച്ചരക്കുകൾ കൊണ്ടുവന്നിരുന്നതും തമിഴ്നാട്ടിലേക്ക് കടത്തിയിരുന്നതും. രാത്രികളിൽ കമ്പ്രാന്തല് കാളവണ്ടിയുടെ മുന്നിൽ തൂക്കിയിട്ട് വഴിവെളിച്ചം തേടുന്നവർ. ഇടതടവില്ലാതെ കാളവണ്ടികൾ സഞ്ചരിച്ചിരുന്നത് നല്ലൊരു കാഴ്ചയായിരുന്നുവത്രെ. എന്റെ കുട്ടിക്കാലത്തും പാലക്കാട് ജില്ലയിൽ കാളവണ്ടികൾ അങ്ങിങ്ങ് കാണാമായിരുന്നു.

തുടർന്ന് ഗംഗാധരൻ നായർ ആ കാലത്ത് കോങ്ങാട്ടെ വൻകിട കർഷകനായിരുന്ന ഈഴവൻ വടക്കുംപുറം മാധവന്റെ ജീവിതത്തിലേക്കു തിരിഞ്ഞു. കോയമ്പത്തൂരിലെ ഉക്കടം എന്ന സ്ഥലത്തെ വലിയ വ്യാപാരിയായിരുന്ന പഴനിവേലൻ വടക്കുംപുറം മാധവന്റെ സുഹൃത്തായിരുന്നുവത്രെ. ചന്തയിൽ തിങ്കളാഴ്ചകളിൽ കണ്ടുമുട്ടിയ സൗഹൃദം തഴച്ചു. പഴനിവേലൻ കച്ചവടത്തിനായിരുന്നു കോങ്ങാട്ടെ ചന്തയിൽ എത്തിയിരുന്നത്.

പാലക്കാട്ടെ മൂത്താൻമാർ എന്ന വിഭാഗത്തിൽപെട്ടവർ കോങ്ങാട്ടിലെ ചെറുകിട സ്വർണപ്പണിക്കാർക്കു വിൽക്കുവാനായി സ്വർണപ്പണ്ടങ്ങളും നാണയങ്ങളും കൊണ്ടുവരുന്നത് പതിവായിരുന്നു. സ്വർണത്തിന്റെ മാറ്റ് പഴനിവേലനോടു ചോദിച്ചുറപ്പു വരുത്തി, മാധവൻ തനിക്കു പച്ചക്കറിയും ധാന്യവിളകളും വിറ്റു കിട്ടിയ കാശുകൊണ്ട് സ്വർണനാണയങ്ങൾ വാങ്ങിക്കൂട്ടാൻ തുടങ്ങി. കൃഷികാര്യങ്ങളിൽ സഹായിച്ച് ധർമ്മപത്നിയായി കഴിയുന്ന നാരായണിയേക്കാൾ, പഴനിവേലൻ മാധവന്റെ വിശ്വസ്തനായി വളർന്നു.

നാരായണി ഭർത്താവിന്റെ സ്വർണ്ണക്കൊതിയിൽ വിഷമിച്ച് പലപ്പോഴും പറഞ്ഞു നോക്കി. നിരർത്ഥകത മനസ്സിലാക്കി കൊടുക്കുവാൻ ശ്രമിച്ചു. പക്ഷേ, അയാൾ അതൊന്നും ചെവിക്കൊണ്ടില്ല.

"പൊട്ട്യേ കെട്ട്യാ കെട്ട്യോൻ പൊലർത്താ..." എന്ന് പറഞ്ഞ് അയാൾ നാരായണിയെ ആളുകളുടെയിടയിൽ ദുഷിച്ചു പറയുന്നതും സ്ഥിരസംഭവമായി.

വടക്കുംപുറം മാധവന്റെ പണപ്പെട്ടിയിൽ സ്വർണനാണയങ്ങൾ കുമിഞ്ഞുകൂടി. മച്ചിനടിയിലുള്ള വലിയ പെട്ടകത്തിനുള്ളിൽ തന്റെ

പണപ്പെട്ടി വെച്ച് പൂട്ടി, താക്കോൽ ഭദ്രമായി ചെമ്പുകുടത്തിൽ സൂക്ഷിച്ച് അയാൾ പഴനിവേലനൊപ്പം നടന്നു.

കാലം കഴിയുന്തോറും മാധവന് സ്വർണ ശേഖരണം ഒരു ഹരമായി മാറി. നാരായണിയോ മക്കളോ ഒരു തരി സ്വർണമണിയുന്നത് നാട്ടുകാർ കണ്ടിട്ടില്ല. മാധവന്റെ മൂത്ത മകളുടെ കല്യാണത്തലേന്ന് കക്കാൻ കയറിയ കള്ളന് ആ വീട്ടിൽ നിന്ന് വെറും കയ്യോടെ മടങ്ങേണ്ടിവന്നു. അയാൾ സമ്പത്തെല്ലാം സൂക്ഷിച്ചിരിക്കുന്നത് എവിടെയാണെന്ന് വീട്ടുകാർക്കു പോലും അറിവുണ്ടായിരുന്നില്ലത്രേ!

മാധവൻ സ്വർണം വാങ്ങിയിരുന്നത് ഒരു സ്ഥിരം കുറ്റിയിൽ നിന്നായിരുന്നു. ആ മൂത്താനെ പഴനിവേലനാണ് മാധവന് പരിചയപ്പെടുത്തിക്കൊടുത്തതും. മുചുകുന്ദൻ എന്നായിരുന്നു അയാളുടെ പേര്. പഴനിവേലൻ മാധവന്റെ സ്വർണക്കൊതി ഇരട്ടിയാക്കാനുള്ള സംസാരങ്ങളും നിരന്തരം നടത്തിപോന്നു.

ഒരു തിങ്കളാഴ്ച...

ചന്തയിൽ സ്വർണക്കച്ചവടം നടക്കുന്ന സ്ഥലത്ത് അടിപിടി ബഹളം. എന്താണെന്നറിയുവാനുള്ള ആകാംക്ഷയാൽ മാധവനും പച്ചക്കറി കച്ചവടം അവസാനിപ്പിച്ച് ബഹളത്തിനിടയിൽ തലയിട്ടു. സ്ഥിരമായി സ്വർണം വാങ്ങുന്ന മുചുകുന്ദൻ മൂത്താനെ കോങ്ങാട്ടിലുള്ള സ്വർണപ്പണിക്കാർ ഇടംവലം നോക്കാതെ തല്ലുന്നതാണ് കണ്ടത്.

അത്രയും കാലം വടക്കുംപുറം മാധവൻ മാത്രമാണ് കൂടുതലായി അയാളിൽ നിന്ന് സ്വർണം വാങ്ങിയിരുന്നത്. എന്നാൽ, ഇന്ന് മാധവനെ കാണാഞ്ഞ് ഒരു സ്വർണപ്പണിക്കാരന് സ്വർണം വിൽക്കാൻ വില പറഞ്ഞതാണത്രെ മുചുകുന്ദൻ. സ്വർണപ്പണിക്കാരൻ സ്വർണം കണ്ട് ഞെട്ടി. എല്ലാം മുക്കുപണ്ടം.

പഴനിവേലനും മുചുകുന്ദൻ മൂത്താനും ചേർന്നുള്ള കൂട്ടുകച്ചവടം. ഭോഷൻമാരെ പറ്റിച്ച് കൂടുന്ന സൂത്രശാലികൾ.

കേട്ടപാതി കേൾക്കാത്ത പാതി മാധവൻ ഓടി ചെന്ന് ചെമ്പു കുടത്തിൽ നിന്ന് താക്കോലെടുത്ത് മച്ചിനകത്തെ പെട്ടകം തുറന്നു. പണപ്പെട്ടി ഭദ്രമായിരിക്കുന്നു. സൂക്ഷ്മതയോടെ തുറന്നു നോക്കി... എല്ലാം പച്ച വീണു കറുത്ത നാണയങ്ങൾ...

ഭർത്താവിന്റെ അട്ടഹാസം കേട്ട് നാരായണി വന്നു നോക്കു മ്പോൾ വടക്കുംപുറം മാധവൻ പണപ്പെട്ടി കെട്ടിപ്പിടിച്ച് ഒരേ യൊരിരിപ്പാണു പോലും.

ഗംഗാധരൻനായർ സംസാരം തുടർന്നു. കോങ്ങാട്ടു നായരു വീട്ടുകാർ പിൽക്കാലത്ത് ചന്ത മലബാർ ഡിസ്ട്രിക്റ്റ് ബോർഡിന് വിട്ടുകൊടുത്തുവത്രേ. പിന്നീടത് പഞ്ചായത്തിന് കൈമാറി. ഇന്ന് ചന്തയുടെ കേന്ദ്രഭാഗം കോങ്ങാട് ബസ്സ്റ്റാന്റാണ്! ഇന്ന് ബസ് സ്റ്റാന്റിനു മേലെത്തട്ടിൽ തിങ്കളാഴ്ചകളിൽ ചന്ത നാമമാത്രമായി നടത്തുന്നുണ്ട്.

അച്ഛൻ കുളി കഴിഞ്ഞ് ചാരുകസേരയിൽ വന്നിരുന്നു. ഗംഗാധരൻ നായർ കോവിഡ് കാലത്ത് ജീവിതചിട്ടകൾ തെറ്റിക്കരുതെന്ന് അച്ഛനെ ഓർമ്മിപ്പിക്കുന്നതു കണ്ടു.

"പഴയ ബാർട്ടർ സമ്പ്രദായം കൊള്ളാം നായരെ... പക്ഷേ, പട്ടണത്തിലെ കുട്ടികൾക്ക് നല്ലത് കൊടുത്ത് നിങ്ങൾ ദുഷിച്ച ശീലങ്ങൾ കൈപറ്റരുത്. നല്ലതു വാങ്ങാ... നൻമകൊടുക്കാ..."

വൈകി കുളിച്ചെത്തിയ അച്ഛന് സ്നേഹശാസനകൾ നൽകി ഗംഗാധരൻ നായർ തോളത്തെ തോർത്ത് കുടഞ്ഞിട്ട് നീണ്ടു നിവർന്നു നിന്നു. അദ്ദേഹം ഗെയ്റ്റ് കടന്ന് നടന്നകന്നു.

~~~
~~~

ഓണത്തരചൻ

ഓണക്കാലമായാൽ ചിറ്റോളക്കരയിൽ ധാരാളം പൂക്കൾ വിടർന്നു വിലസുമായിരുന്നു. താമരക്കണ്ണി കുഞ്ചീലി അത്തപ്പൂക്കൾ നുള്ളി നടന്നു നടന്ന് ചിറ്റോളക്കരയിലെത്തിച്ചേരും. താമരക്കണ്ണിയെ കൺനിറയെ കാണാൻ ജോലീം കൂലീം ഇല്ലാത്ത നാട്ടിലെ ചെറുപ്പക്കാരായ ആപ്പയും ചെരുവയും പയറുതൊടി കടന്ന് ചിറ്റോളക്കരയിലെത്തുമത്രെ. പക്ഷേ, കുഞ്ചീലി, ആ ചതിയന്മാരുടെ വലയിലൊന്നും പെടാതെ ജീവിക്കുവാൻ തക്ക വിവേകബുദ്ധിയുള്ളവളായിരുന്നു.

സുന്ദരിയായ കുഞ്ചീലിയുടെ കുടിലിനു മുന്നിൽ മനോഹരമായ അത്തപ്പൂക്കളം ഒരുക്കുമായിരുന്നു. കുഞ്ചീലിയുടെ തള്ള വെള്ളായിയും അപ്പൻ മാടനും സഹോദരൻ മേക്കാരൻ കുഞ്ഞാണ്ടിയും അവൾക്കൊപ്പം കൂടും.

'കാണം വിറ്റും ഓണം ഉണ്ണണം' എന്നാണത്രെ മാടൻ കെട്ട്യോളോടും മക്കളോടും പറയാറുള്ളത്.

കോമൻ തമ്പ്രാന്റെ ആശ്രിതനായി കഴിയുന്ന അവസരത്തിലും മാടൻ കഠിനമായി അധ്വാനിക്കുമായിരുന്നു. കോമൻ തമ്പ്രാന്റെ പരന്നുകിടക്കുന്ന വയൽപ്രദേശങ്ങളിൽ ഒന്നുരണ്ടെണ്ണം പാട്ടത്തിനെടുത്ത് കൃഷി ചെയ്യുമായിരുന്നു.

തമ്പ്രാന്റെ തറവാട്ടിലെ കൃഷിയിടങ്ങളിൽ അയാൾ പൊന്നു വിതച്ചു. കെട്ടിയവൾ വെള്ളായിയും മകൾ കുഞ്ചീലിയും മാടനോ

ടൊപ്പം പാടത്തു പണിയ്ക്കു ചേരും. നെല്ലു വിളഞ്ഞ് കൊയ്തെടുക്കുന്നതുവരെ മാടൻ കണ്ടത്തെ മക്കളെപ്പോലെ ശുശ്രൂഷിക്കുമായിരുന്നു.

കുഞ്ചീലിയുടെ സഹോദരൻ മേക്കാരൻ കുഞ്ഞാണ്ടി ആടുമാടുകളെ മേച്ച് ചീരംകുളക്കരയിൽ വിശ്രമിക്കും. ജന്മനാൽതന്നെ അംഗവൈകല്യമുള്ളവനാകയാൽ കൃഷിപ്പണിക്ക് കുഞ്ഞാണ്ടിയെ കൂട്ടാറില്ല.

കുഞ്ചീലിയുടെ സൗന്ദര്യം ആപ്പയുടെയും ചെരുവയുടെയും രാവുകളെ നിദ്രാവിഹീനമാക്കിയിട്ട് കുറേ നാളായി. കുഞ്ചീലിയുടെ അപ്പനെ പേടിച്ചാണ് അതിക്രമം ഒന്നും കാണിക്കാത്തതു തന്നെ.

സഹോദരന് ഇരു കൈയും ഇല്ലാത്തതിനാൽ അവനെ പേടിക്കേണ്ടതില്ല. ഇടയന്റെ പണിയല്ലാതെ അവനെന്തിനു കഴിയും?

വിറ്റു നശിച്ചാലും ഓണം ആഘോഷിക്കണമെന്ന് കോമൻ തമ്പ്രാന്റെ അപ്പൻ മൂത്തമ്പ്രാൻ പറയുമായിരുന്നതായി നാട്ടുവഴി നടക്കുമ്പോൾ മാടൻ കെട്ടിയവളോടും കുഞ്ചീലിയോടും വിശദീകരിക്കുമായിരുന്നു. ഇല്ലാത്തോരെ ഓണം ഊട്ടുന്നതും ഒരു നാട്ടുനടപ്പായിരുന്നത്രെ. അതുകൊണ്ടുതന്നെ കാശിന്റെ വിഷമഘട്ടത്തിലാണെങ്കിലും ഓണക്കോടിയും ഓണസദ്യയും ഒന്നും മാടൻ കുടിയിൽ വേണ്ടെന്നു വയ്ക്കാറില്ല.

മുരടനാണെങ്കിലും മാടന്റെ കുടുംബസ്നേഹം നാട്ടിൽ ഒരു പറച്ചിലാണ്.

ആപ്പയും ചെരുവയും എവിടെ നിന്നോ വന്ന് ഗ്രാമത്തിൽ കുടിയേറിപ്പാർത്തവരാണ്. വന്ന കാലത്ത് കോമൻ തമ്പ്രാന്റെ അടുത്ത് പോയി കെഞ്ചി ഒരു തുണ്ടുഭൂമി വാങ്ങി. ചീരംകുളത്തിന്റെ വടക്കേയറ്റത്ത് ഒരു കൊച്ചു വീടു പണിതു. യാതൊരു പണിയും ചെയ്യുന്നത് അന്നാട്ടുകാർ കണ്ടിട്ടില്ല. എങ്ങനെ ജീവിക്കുന്നു എന്നതും അജ്ഞാതമാണ്. സ്ത്രീകളെ ചുറ്റിപ്പറ്റി നടക്കുന്ന ആപ്പയുടെയും ചെരുവയുടെയും ദുർന്നടപ്പ് കുടിലുകളിൽ ജീവിക്കുന്ന അടിയാത്തി പെൺകുട്ടികൾക്ക് കൂടുതൽ ഭീഷണിയായി വളരുവാൻ തുടങ്ങി.

ഒരു ഉത്രാടനാൾ...

ചിറ്റോളക്കരയിൽ തുമ്പപ്പൂ ഇറുക്കുന്ന കുഞ്ചീലിയ്ക്കു പിന്നിൽ ആപ്പ മറഞ്ഞിരുന്നു പോലും! ചുറ്റും ആരുമില്ലെന്നുറപ്പു വരുത്തി ചെരുവ കുഞ്ചീലിയെ കടന്നു പിടിക്കാനാഞ്ഞത്രെ. കുഞ്ചീലി ഇല ക്കുമ്പിളിൽ പറിച്ചെടുത്ത തുമ്പപ്പൂക്കളുമായി ചിറ്റോളക്കരയിലൂടെ ആർത്ത് ഓടി. ഓടുന്ന വഴിയിൽ അവളുടെ കയ്യിലെ തുമ്പപ്പൂക്കൾ ഓരോന്നായി കൊഴിഞ്ഞു വീണു. കുടിലിനെ ലക്ഷ്യമാക്കി ഓടുന്ന കുഞ്ചീലി ഓണപ്പുല്ലുകൾക്കിടയിൽ കാൽ കുടുങ്ങി തട്ടി ത്തടഞ്ഞു വീണു.

കുഞ്ചീലിയെ പിൻതുടർന്ന ആപ്പയും ചെരുവയും അവളുടെ സമീപമെത്തിയിട്ടുണ്ടായിരുന്നു.

കുഞ്ചീലിയുടെ കരച്ചിൽ കേട്ട് പിറ്റേന്ന് തിരുവോണത്തിന് പങ്കു കൊള്ളാനെത്തിയ ഓണത്തരചൻ കാടും മലയും താണ്ടി ചിറ്റോളക്കരയിലേക്ക് പാഞ്ഞു. ചിറ്റോളക്കരയിൽ തന്നെ സ്വീകരി ക്കുവാൻ തുമ്പപ്പൂക്കൾ വിതാനിച്ച നടപ്പുവഴി കണ്ട് ഓണത്തരചൻ അതിലൂടെ നടന്നു. താമരക്കണ്ണി കുഞ്ചീലിയുടെ സമീപം എത്തി പ്പെട്ട ഓണത്തരചൻ ആ സുന്ദരിയെ കൈ പിടിച്ചെഴുന്നേൽപ്പിച്ചു.

ദേവാംഗനയെപ്പോലെ സുന്ദരിയായ അവളെ ഓണത്തരചന് ഇഷ്ടപ്പെട്ടു. തുമ്പപ്പൂക്കൾ വിരിച്ച് തന്നെ സ്വീകരിച്ച കുഞ്ചീലിയെ തന്റെ പ്രാണേശ്വരിയാക്കി. ഒരറ്റത്ത് ഒതുങ്ങി പതുങ്ങി നിന്ന തുമ്പ പ്പൂക്കളുടെ വെൺമയും പരിശുദ്ധിയും അറിഞ്ഞ് മാവേലി തമ്പ്രാൻ തുമ്പയെ അനുഗ്രഹിച്ചതു പോലെ, ഓണംകേറാമൂലയിലെ കുഞ്ചീ ലിയുടെ ജീവിതവും വിളങ്ങി... തേൻ നിറഞ്ഞു.

~~~
~~~

www.ingramcontent.com/pod-product-compliance
Lightning Source LLC
LaVergne TN
LVHW090409051026
849518LV00006B/2297
* 9 7 8 8 1 3 0 0 2 4 6 5 3 *